દાદાજીની વાતો

ઝવેરચંદ મેઘાણી

અનુક્રમણિકા

અનુક્રમણિકા

નિવેદન 3

લોકસાહિત્યની નવી દુનિયા 6

દાદાજીની વાતો

૧. મનસાગરો 17

૨. સિંહાસન 42

૩. વિક્રમ અને વિધાતા 48

૪. વીરોજી 58

૫. ફૂલસોદાગર અને ફૂલવંતી 84

ડોશીમાંની વાતો

૧. સાચો સપૂત 110

૨. સોનાની પૂતળી 117

૩. મયૂર રાજા 122

૪. અજબ ચોર 129

૫. ચંદ્ર અને બુનો 134

સૌરાષ્ટ્રના લાક્ષણિક વાક્યપ્રયોગો 140

શબ્દકોશ 143

2

નિવેદન

[પહેલી આવૃત્તિ વેળા]

અસલી શૈલીમાં ઊતરી આવેલી આ વાર્તાઓ ગુજરાત વિદ્યાપીઠ, શામળદાસ કૉલેજ તથા દક્ષિણામૂર્તિ ભવનના વિદ્યાર્થી સમુદાય સમક્ષ અને ખાસ કરીને તો જ્યાં આ તમામ લોકસાહિત્યની પ્રથમ અજમાયશ કરવાની તક મળે છે તે ભાવનગરના મહિલા વિદ્યાલયની અંદર કહી બતાવવામાં આવેલી છે. ત્યાંનાં શિક્ષક બંધુ-બહેનોએ તેમજ નાનાં મોટાં વિદ્યાર્થી-વિદ્યાર્થીનીઓએ આ વાર્તાઓ સાંભળતાં નિર્મળ તન્મયતા અનુભવેલી છે. તે પરથી પ્રતીતિ થઈ શકી છે કે આ વાર્તા-સમૂહને શિક્ષણની દુનિયા સાથે પણ પ્રાણસંબંધ છે.

બાકી તો આ આપણા બહુરંગી ભૂતકાળનો માંડ માંડ હાથ આવતો વારસો છે. રાષ્ટ્રવિધાનમાં એનું મહત્ત્વ માપી શકાય તેવું છે, એટલે જ હર્ષભેર પ્રગટ કરીએ છીએ.

રાણપુર

[બીજી આવૃત્તિ વેળા]

'દાદાજીની વાતો' લોકસાહિત્યના મેદાનમાં નવા જ સાહસરૂપે ઝુકાવેલી, અને તે સાહસ સફળ બન્યું છે. ઘણા વાચકોએ એને એક જ બેઠકે પૂરી કરી હોવાનું પ્રમાણપત્ર આપ્યું છે. નાનાં મોટાં બાળકોએ પણ છટાદાર ચારણી જોશ સાથે એ વાતો મોટા અવાજે વાંચી શુદ્ધ બલદાયી કલ્પનાના વિહાર માણ્યા છે.

બીજા ભાગ માટે તો આથી પણ અધિક પ્રેમશૌર્ય ને સાહસ પ્રબોધનારી, ગુર્જર વાણીને સમૃદ્ધ બનાવે તેવી શૈલીવાળી અદ્ભુતની અદ્ભુત છતાં યે

વ્યવહારુની વ્યવહારુ વાતો તૈયાર છે, પણ છાપવાને સમય નથી મળતો. પણ મારા નાના દોસ્તો! હવે બહુ વાટ નહિ જોવરાવું.

ભાદરવી અમાસ : સંવત ૧૯૮૩

[ચોથી આવૃત્તિ વેળા]

છેલ્લાં બે વર્ષોથી ત્રીજી આવૃત્તિ ખલાસ થયેલી, નવેસર છપાવવામાં આનાકાની એટલા સારુ થતી હતી કે બાલસાહિત્યની અંદર પરીકથાઓ અથવા રૂપકકથાઓનું સ્થાન નવી દૃષ્ટિએ ઉપકારક છે કે કેમ, તે પ્રશ્ન છેડાઈ રહ્યો હતો. પરંતુ એ સવાલનું નિરાકરણ આપણા બાળશિક્ષણકારો હજુ કરી નથી શક્યા. એટલું જ નહિ પણ સર્વમાન્ય બાલસાહિત્યકારો તરફથી પણ આવું સાહિત્ય બહાર પડતું રહ્યું છે.

મારો મુખ્ય દાવો તો આ વાર્તાઓના એક વિશિષ્ટ પ્રકારના નમૂના તરીકે જ સંઘરવાનો હતો - ને છે. એ દૃષ્ટિએ જ પુનઃપ્રકાશન કરાવું છું; બાલસાહિત્ય તરીકે નહિ.

બોટાદ:૧૧-૧૧-'૩૨

[છઠ્ઠી આવૃત્તિ વેળા]

આવી વાર્તાઓનો બીજો ખંડ 'રંગ છે, બારોટ!' એ નામે તાજેતરમાં મેં પ્રસિદ્ધ કર્યો છે; લોકવાર્તાના વિષય પર એક સવિસ્તર પ્રવેશક પણ એમાં મૂકેલ છે. આ રીતે 'દાદાજીની વાતો'નો બીજો ભાગ આપવાનું ઘણાં વર્ષોનું જૂનું વચન પાળ્યું છે. 'દાદાજીની વાતો'ના પ્રેમીઓ 'રંગ છે, બારોટ!'નું વાચન કર્યા વિના ન રહે.

બોટાદ:દેવદિવાળી:૨૦૦૨

ઝવેરચંદ મેઘાણી

[આઠમી આવૃત્તિ વેળા]

આજથી બત્રીસ વર્ષ પૂર્વે ૧૯૨૨માં મારા પિતાશ્રી 'સૌરાષ્ટ્ર' કાર્યાલયમાં જોડાવા રાણપુર ગયા ત્યારે 'ડોશીમાની વાતો'નું લખાણ પોતાની સાથે લઈ ગયા હતા. એમના લેખક-જીવનની વહેલી પરોઢનું એ સર્જન ૧૯૪૬માં સાતમી આવૃત્તિમાં પ્રવેશતું હતું ત્યારે 'ડોશીમાની વાતો'ની મોટા ભાગની વાર્તાઓની અંદર રહેલી કરુણતાના અતિ ઘેરા રંગો તરફ એમનું ધ્યાન મેં દોરેલું; કિશોરાવસ્થામાં ને પછીથી એ ચોપડી જ્યારે જ્યારે વાંચી ત્યારે એના જે ભીષણ ઓછાયા મારા મન ઉપર છવાઈ ગયેલા તેનો સ્વાનુભવ કહેલો અને આ જાતની વેદનાભરપૂર વાર્તાઓનું વાંચન બાળકો-કિશોરો માટે કેટલે અંશે ઉપકારક હશે તેવો પ્રશ્ન કરી એ ચોપડીને હવે રદ કરવાનું સૂચન એમની પાસે ધરેલું.

પોતાની ઉત્તમમાં ઉત્તમ કૃતિઓને વિશેના અદનામાં અદના વાચકના અભિપ્રાયોને પણ સદા આદરથી સત્કારનારા એ લેખકને આ ફરિયાદ વાજબી લાગી અને એ સાતમી આવૃત્તિ ખતમ થાય તેની સાથે જ પુસ્તકને નામશેષ બનાવવાનું એમણે સ્વીકાર્યું. એમની એ સૂચના મુજબ જ, વર્ષોથી એ અપ્રાપ્ય હોવા છતાં ને બજારમાં એની માંગ ઊભી જ હોવા છતાં, 'ડોશીમાની વાતો'નું પુનમુદ્રણ અમે આપી શક્યા નથી.

હમણા 'દાદાજીની વાતો'ની આ નવી આવૃત્તિ વેળા, મારા પિતાશ્રીનાં નેવું જેટલાં પુસ્તકોમાંથી ઉપરની રીતે બાતલ કરાયેલી 'ડોશીમાની વાતો'ની પંદર વાર્તાઓ હું ફરી ફરીને જોઈ ગયો. એના કારુણ્યની નિષ્કારણ રેલમછેલ અને ચમત્કારોની પ્રયોજનહીન પરંપરા વચ્ચેથી પાંચેક વાર્તાઓ ઉગારવા જેવી લાગી, અને તે અહીં 'દાદાજીની વાતો'ની આ નવી આવૃત્તિમાં સામેલ કરી દીધી છે. 'ડોશીમાની વાતો' સ્વતંત્ર ચોપડીરૂપે હવે લુપ્ત થાય છે.

મહેન્દ્ર મેઘાણી

લોકસાહિત્યની નવી દુનિયા

[પ્રવેશક]

બલિ રાજાને ઘરે તે દિવસે પ્રભુ વામનરૂપે પધાર્યા અને ત્રણ ડગલાંમાં એ વિરાટે આકાશ, ધરતી અને પાતાળ માપી લીધાં.

માનવીને આંગણે પણ એ જ વિરાટ શક્તિ રોજ રોજ આવીને ઊભી રહે છે : કરોડો વામનોને વેશે : સવા વેંતનાં શિશુઓને રૂપે.

પરંતુ આ સૃષ્ટિ આ વિરાટોને સાંકડી પડે છે. એના મનોરથો આ મૃત્યુલોકની શેરીમાં સમાતા નથી, એના તરંગો આકાશ-પાતળનો બાથ ભરવા મથે છે. એનાં માવતરોને મૂંઝવણનો પાર નથી રહ્યો.

રૂપકકથાઓ

દેશ દેશમાં દાદાઓએ અને દાદીઓએ આ દુ:ખ એક જ સરખું અનુભવ્યું. એટલે એમણે પોતાનાં બચ્ચાંઓ માટે નવી નવી, નિત્યનવપલ્લવિત સૃષ્ટિઓ સરજી. એ સૃષ્ટિમાં સંતાનોને રમતાં મેલી દીધાં. મોટેરાંઓ, દુનિયાદારીનાં ડહાપણદારો, નક્કર સત્યોની સાથે જ રમનારાઓ પણ આ સૃષ્ટિમાં લોભાયા અને તેઓએ પણ રોજરોજ રાત્રીએ, દુનિયાદારીમાં ચોળાયેલા સાજ ઉતારી નાખી, કલ્પનાના વાઘા સજી, બાલકોચિત બેવકૂફી ધારણ કરી, આ અનંત ખંડોવાળી દુનિયાની અંદર બાલવિહાર માણ્યો. એ દુનિયા તે આ રૂપકકથાઓની કે પરીકથાઓની.

અને ત્યાં શું શું જોયું?

આભમાં ઊડતા આવતા રથો અને પાંખોવાળા ઘોડા : બાર બાર ગાઉમાં ઝેર પ્રસારે એવા ફણીધરો : વાવકૂવાના ઠંડા નીરમાંથી નીકળતી

અગ્નિજ્વાળાઓ : માનવીની ભવિષ્યવાણી ભાખતાં ગરૂડ-પંખીના કે હંસ-હંસલીનાં જોડલાં : હીરાજડિત વીંટીમાથી ખડા થતા સર્પો : સામસામા અથડાતા જીવભક્ષી ડુંગરાઓ : આપોઆપ પડી જતી દરવાજાની કમાનો : ગુપ્ત વાત કરતાં પથ્થર બની જતી માનવ-કાયાઓ : ભૂતકાળની વાર્તાઓ ભાખતી કાષ્ઠની પૂતળીઓ : અધરાતે છઠ્ઠીના લેખ લખવા આવતી વિધાતાદેવી અને ચોરીના માટલા ઉપરના ચિત્રામણ-માંથી સજીવન બનતા સિંહો : સાત કોટડી માયાવાળા રાફડા ઉપર બેસીને માનવીની ભાષામાં વાતો કરતા, માનવસ્વરૂપો ધરતા સર્પો અને વાવનાં બિલોરી નીરમાં મૃત્યુલોકની રમણીઓની પેઠે જ વિલાપ કરતી ઊભેલી નાગપત્નીઓ : સાગરને તળિયેથી ડૂબેલા વહાણને બહાર કાઢનાર દરિયાપીર અને મરેલા ભક્તોને જીવતાં કરનાર દેવી કાળકા : દરિયાને તળિયે બેસીને ઈંડાં સેવતાં દેવાંશી હંસ-પક્ષીઓઃ સર્પોની વિષફૂંકે સળગતી અને અમૃત-ફૂંકે લીલીછમ બની જતી વનસ્પતિઓ : અને મરેલી કાયાના કટકા પર અંજલિ છાંટતાં જ સજીવન કરે તેવા અમીના કૂંપા.

વિશ્રામસૃષ્ટિ

આવા આવા ચમત્કારોથી ભરપૂર એ બાલ-દુનિયા કોને લોભામણી નહિ લાગી હોય? સત્ય જગતને ખેડતાં ખેડતાં કલ્પના-જગતમાંથી પ્રાણબળ મેળવવું એ તો માનવની પ્રકૃતિ છે, માનવજીવનનો વિસામો છે. દુકાને ત્રાજવાં તોળનારો, દુકાનીભાર પણ નમતું ન દેનારો, અધરાતના દીવા બાળીને પણ પાઈ યે પાઈનો હિસાબ માંડનારો, લાગણી કે ઊર્મિને પોતાના જાગૃત જીવનમાં જરાયે સ્થાન ન આપનારો હાડચામડીનો બનેલો મનુષ્ય પણ ઘડિયાળના કાંટા જેવા પોતાના જીવનક્રમમાંથી વારંવાર કંટાળે છે. આવતી કાલે જ જેની આસામી ધૂળ મળવાની છે એવો મૂડીદાર આજે કોઇ ઇશ્વરી અકસ્માતની આશાને નોતરતો હોય છે. આજે જેણે કરોડો ગુમાવી

નાખ્યા છે તે આવતી કાલના ગર્ભમાં રહેલી કોઇ માયાવી સમૃદ્ધિના મનોરથો રચે છે. સ્વપ્નમાં એ રૂપિયાની થેલીઓ ઠાલવે છે. તેજુરીઓની ચાવી ખખડાવે છે. મહેલ-મોલાતો ચણે છે. એનેય મનોરથો વિના ન ચાલ્યું. એનેય પોતાનાં આશ્વાસન, આશીર્વાદ અને જગતના રણસંગ્રામમાં ઝૂઝવાનાં જોર કલ્પનામાંથી મેળવવાં પડ્યાં. ત્યારે પછી કુદરતને જ ખોળે રમતાં માયાવિહારી બાળકોનો બીજો શો ઇલાજ?

માનવીની મહત્તા

અને આ કલ્પના-સૃષ્ટિ શું કેવળ બાળકોના વૈભવની ફૂલવાડી સરખી જ છે? બાળકોની નાજુક કુતૂહલવૃત્તિને બે ઘડી નચાવીને જ શું એની ઉપયોગિતા ખતમ થાય? શું આ અસંભવના ભુવનમાં વિચરતાં બાળકો વહેમી, દરિદ્ર, તરંગી અને સ્વપ્નાધીન બની જાય છે? શું દૈવી કે આસુરી અકસ્માતો વાટે વહી જતી આ કલ્પનાની જિંદગી જોઇ જોઇને બાળક્ની દ્રષ્ટિ દૈવાધીન, પ્રારબ્ધાધીન બની જાય છે? નહિ, એક મત એવો પણ છે કે બાળકોની દ્રષ્ટિ તો એ બધી મંત્રમાયાની ઉપર મંડાય છે. એ કુદરતી તેમ જ આસુરી સંકટોની વચ્ચે પોતાની અક્કલ યા ભુજા વાપરીને માર્ગ કાપતાં બહાદુર મનુષ્યો જ બાળકોની આદર્શમૂર્તિઓ બને છે. આ કથા-પ્રસંગોનાં ઘોર જંગલ-ઝાડીઓ વચ્ચે માનવ-શૌર્યના ચમકારા થાય છે. માર્ગ ભૂલીને અઘોર વનમાં મૂર્છાવશ રાજાને જોઇ કે અગ્નિના ભડકા ફૂંકતા નાગને જોઇ અંતરમાં ભયનો થડકારો અનુભવનારો બાળક, બીજી જ ક્ષણે જ્યારે મનસાગરા પ્રધાનને તલવાર ઉઘાડી છલાંગ મારતો અને યુક્તિ-પ્રયુક્તિ યા હાજરજવાબીથી પોતાના મિત્રને સાપના ઝેરમાંથી ઉગારતો નિહાળે છે, ત્યારે તુરત જ એ બાળક સુખનો શ્વાસ મેલે છે, ને પોતે મનસાગરો બનવા તલસે છે. મનસાગરો પથ્થર બની જાય છે, તે ઘટનાની કરુણાજનક ભીષણતા, મનસાગરાના મૂંગા બલિદાનની મહતા આગળ ઝાંખી પડી જાય છે. વિક્રમરાજાના પેટમાં નાગ પેસી જાય તે દુઃખમય વિચાર, એ આશરા-

ધર્મનો બિરદધારી રાજા સાપને ન મારવા માટે કસુંબો ત્યજે એ આત્મભોગના આદર્શ સામે ટકતો પણ નથી. માતા કાળકાની બધી ભૈરવતા એની દયાર્દ્ર વત્સલતાની સામે, ખાસ કરીને તો છેલ્લી વેળાએ ત્રણેય મરેલાઓને ચૂંદડી ઓઢાડી સજીવન કરનાર કરુણામય દેવી-સ્વરૂપની સામે વિસરાઇ જાય છે. ફૂલવંતી સતીના ચોધાર વિલાપમાં પોતાનો સૂર મેળવનારાં બાળકો, એ સતીને, પોતાના સ્વામીના પગ આંસુડે ધોતી અને ચોટલે લૂછતી ભાળીને ધન્યવાદ ઉચ્ચારે છે; ખૂંધાળી નણંદની ક્રૂરતા પર કે કઠિયારણના ઘાતકીપણા ઉપર સતીના શિયળનું જ્યોતિમંડળ છવાયલું જુએ છે. કસોટીના મેઘાડમ્બર ઉપર વીર-વીરાંગનાઓનાં બલિદાનનું ઈંદ્ર-ધનુષ અંકાયલું નિહાળી બાળ-શ્રોતાઓ આ કલ્પનાસૃષ્ટિની ભયાનકતામાં પણ માનવઆત્માનો વિજય સમજે છે. આ ઘટનાઓમાંથી બાળકો બીકણ બનીને નહિ પણ બહાદુરીના પૂજક બનીને નીકળે છે. અને સીણાની ખાણ પાર કરનાર વીરાજી કે મોટાં જંગલો ખૂંદનાર મનસાગરો, જાણે પોતપોતાની વાતો વર્ણવી વર્ણવીને આપણાં સંતાનોને કહેતાં જાય કે 'નન બટ ધ બ્રેવ ડિઝર્વ ધ ફેર' : સુંદરીઓના હાથ તો શૂરવીરોને જ સાંપડી શકે; સાહસને કંઠે જ સૌંદર્યની વરમાળા શોભે.

નવો પ્રવાહ

લોકસાહિત્યની આ એક નવી દિશા આજે ખુલ્લી થાય છે. શૂરાઓની ઇતિહાસ-ઘટનાઓને લોકોએ પોતાની વાણીમાં વહેતી કરી, તે આપણે 'રસધાર' આદિ ગ્રંથોમાં જોયું. રામાયણ-મહાભારતની પુરાણ-કથાઓને પણ લોકોએ પોતાની શૈલીમાં સ્વાંગ પહેરાવી એક કંઠેથી બીજે કંઠે, એક જીભને ટેરવે થઇ બીજી જીભને ટેરવે રમતી મૂકી. વ્રતોની, ઉખાણાંની, રમૂજની, ઠાવકાઇની, પશુની, પખીની કૈં કૈં કથાઓમાં લોક-આત્માએ અનુભવરૂપી દૂધ દોહી લીધાં. તારા-મંડળો, પક્ષીના સાંકેતીક સ્વરો, પશુઓની કે વૃક્ષોની

કૈં કૈં વિચિત્રતાઓ, એ તમામની સાથે કોઇ બલિદાનની, સત્યની કે સીધી સાદી માનવ-ઊર્મિની ઘટનાઓ લોકોએ જોડી દીધી તેને 'કંકાવટી'માં સંઘરેલ છે. ને બીજો એક આખો ઝરો, લોકહૃદયમાંથી 'લોકગીતો'ને નામે રેલાયો તે 'રઢિયાળી રાત' અને 'ચૂંદડી'નાં છ પુસ્તકોમાં ઠાલવેલ છે. આજ આ નવો પ્રવાહ નીસરે છે. આપણાં અભણ ભાંડુઓને અંતરે સુંદર કલાવિધાનમાં સજ્જ થઇને આ વાર્તાઓ મોટાં મોટાં લોકવૃંદોની વચ્ચે એની સંગીતવાણીમાં લલકારાઇ છે. કેટલાં કેટલાં અટ્ટહાસ, નિઃશ્વાસ, ધન્યવાદ અને અશ્રુ-બિંદુઓ એ વાર્તાની સજીવનતાની સાક્ષી દઇ ગયાં છે.

ઇતિહાસ કે હકીકતના કશાયે આધાર વિનાની આ કલ્પિત કથાઓ માનવ-જીવનના મહિમાની અજરામર ગાથાઓ છે. એ કોણે રચી? કોઇ કર્તાનું નામ એમાં નથી અંકાયેલું; માટે જ એ રચાઇ નથી. કુદરત ધરતીકંપ જગાવીને જેમ ધાટીલાં નદી-સમુદ્રો, સુંદર ગુફાઓ કે પર્વતો સરજાવે, તેમ લોક-જીવનનાં મંથનોમાંથી આ કૃતિઓ આપોઆપ સરજાઇ હશે. જનતાએ મિત્રભક્તિ અને બલિદાનનાં દ્રષ્ટાંતો દેખ્યાં. તેનો સંચય કરીને મનસાગરો અને વીરોજી ઘડ્યા. જનતાએ ઘેર ઘેર શિયળવંતી અબળાઓને સંદેહનો ભોગ થઇને પાપી કુટુંબીજનોથી પિડાતી ભાળી : તે તમામનાં આંસુ નિતારીને અક્કેક ફૂલવંતી સરજાવી. ને ત્યાર પછી એવાં વીર-વીરાંગનાઓની આસપાસ, એનાં સત્ય, શિયળ કે શૂરાતનને કસવાને માટે, દૈવી કે આસુરી,પશુ કે પંખીની દુનિયા વસાવી દીધી. છતાંયે એ વાર્તાઓની ઉપર, દેવ કે દાનવનો, પશુ અથવા પંખીનો, કોઇનો આખરી અધિકાર નથી. એ હજારો ચમત્કારો મનુષ્યના મનુષ્યત્વને ઢાંકી દેતા નથી. એ અસંભવિતતાનું વાતાવરણ માનવીની મહત્તાને મૂંઝવી મારતું નથી. ચમત્કારોને ખસેડી લો, અને તમે એ જ વીર-વીરાંગનાઓને જેવાં ને તેવાં માનવસહજ, જેવાં ને તેવાં શૌર્યવંત, જેવાં ને તેવાં સબળ-નિર્બળ જોશો. ચમત્કાર તો બલિદાનનાં, પ્રેમશૌર્યનાં ને શિયળનાં સેવકો થઇને ભમે છે.

પશુપંખીની આત્મીયતા

ઊલટું મનુષ્યનો મહિમા તો એ રીતે ઉજ્જવળ બની રહ્યો છે. આસુરી તત્ત્વો સત્યધર્મને રિબાવી રિબાવીને આખરે નમી પડે છે. સિંદૂરિયા નાગની ઘટના જૂઓઃ દૈવી તત્ત્વો તો મનુષ્યના સાહસનાં સાથી બનીને ચાલે છે, વીરાજીની વહારે કાળકા ધાય છે, ને ફૂલવંતીનાં આંસુ નાગપદ્મણી લૂછે છે. પશુપંખીએ મનુષ્ય માટે જ સ્વાર્પણ કર્યાં, જાગરણ કર્યાં, માનવજીવનના અભિલાષ પોષ્યા. રાજાની છ ઘાતો બતાવનાર ગરુડ-બેલડી, ફૂલસોદાગરને વૈશાખી-પૂર્ણિમાએ દીકરો દેવાડનાર હંસ-હંસલી કે વિક્રમને અમીનો કૂંપો દેનાર નાગ-પદ્મણી : એ બધાં જાણે પક્ષી-જગત અને માનવી-જગત વચ્ચેનાં અંતર સાધી લે છે,એકબીજાંને પરસ્પર અપનાવે છે.

ભાષાવૈભવ

આ બધું લોક-રસનાએ જે લોકવાણીમાં ઉતાર્યું એ લોક્વાણી જ એને જગત-સાહિત્યમાં કાયમી આસન અપાવી રહી છે. એ લોકવાણીની કલાત્મકતાના નમૂનારૂપે જ અત્રે એ વાતો અસલી શૈલિમાં મૂકી દીધેલી છે. એની સ્વાભાવિકતા, પ્રાસાદિકતા, વર્ણન-છટા ને ભાવભરપૂરતા તપાસોઃ

'મેઘલી રાત : ગટાટોપ વાદળાં : ત્રમ!ત્રમ! ત્રમ! તમરાં બોલે છે' : આટલા ટૂંકા વર્ણનમાં હૂબહૂ ભાવ ખડો થાય છે.

'સોળ કળાનો ચંદ્ર આકાશે ચડ્યો છે : અજવાળાં ઝોકાર છે' : એટલા શબ્દોની અસર, વાર્તા સાંભળનાર બાળકો ઉપર ઊંડી પડે છે.

'રાજાની કાયામાં બત્રીસે કોઠે દીવા થઇ ગયા' : એ શબ્દ-રચનાની ને એ રૂપકની સચોટતા વિલક્ષણ છે.

'ધો..મ તડકો ધમી રહ્યો છે. ધરતી ખદખદે છે. આભમાં અંગારા વરસે છે. ગુલાબનાં ફૂલ જેવાં પગનાં તળિયામાં ઝળેળા પડવા મંડ્યા, ગળે કાંચકી બંધાઇ ગઇ.'

શબ્દો વીણી વીણીને યોજેલાં આ મિતભાષી વર્ણનો આપણને લોકભાષાની કલામય સમૃદ્ધિનું ભાન કરાવે છે. અને જ્યાં જ્યાં એવાં ટૂંકાં ટૂંકાં વર્ણનોની વચ્ચે, અપવાદરૂપે, કોઇ રાજ-સભાનાં, ઝાડીનાં, સજેલી સુંદરીનાં, શસ્ત્રધારી શૂરવીરનાં, કોઇ યોગીનાં કે ગાંગલી ઘાંચણનાં લાંબાં વર્ણનો આવે છે, ત્યાં પણ એના બધા શબ્દાડંબરની અંદર, સજીવ ઝીણવટ, મસ્ત રૂપકો, પદ્યાત્મક ગદ્યના રણકારા અને તોલદાર શબ્દ-પ્રયોગો આપણને લોકવાણીની પ્રભુતાનું દર્શન કરાવે છે. એ વાતોમાં નથી 'કાદમ્બરી'ની એકધારી ક્લિષ્ટતા, નથી 'અરેબિયન નાઇટ્સ'ની નરી સાદાઇ, કે નથી પૌરાણિક અલંકારોનો ઠઠારો. એ તો નિત્ય નવલ છે, વિવિધતાથી ભરપૂર છે, સગવડ પ્રમાણેનાં ટૂંકાં કે લાંબાં સચોટ શબ્દચિત્રો છે.

એ સચોટતામાં પુરવણી કરનારા સ્વરપ્રધાન શબ્દો, જેવાં કે - મધરાતનાં ઘડિયાળાં ટણણન ટણણન : ઝળળળળ તેજનાં પ્રતિબિમ્બ કીચડૂક કિચડૂક હીંડોળા ખાટ : ઘરરરર આકાશને માર્ગે : ઝકાક, બકાક, ગમ ખરરર ઘોડો જાય છે : કડડડ મેડી હલબલી : ઝાળ ધરના જેવી દોમ દોમ સાયબી : એવા સ્વરપ્રધાન શબ્દો કંઠસ્થ વાર્તા-સાહિત્યની વાણીમાં શ્રાવણનો મહિમા પૂરે છે.

વસ્તુસંકલના

જેવી સજીવતા એના ભાષા-પ્રવાહમાં છે તેવી જ સ્વાભાવિક સચેતનતા એની વસ્તુ-સંકલનામાં ધબકારા કરે છે. ઘટનાઓની પરંપરા પૂરા વેગમાં ધસતી જાય છે. નવા ન ધારેલા છતાંયે પરસ્પર તદ્દન સ્વાભાવિક રીતે સંકળાયેલા પ્રસંગો એક પછી એક ફૂટતા જાય છે, ને આખરે તમામ છેડા એકમેકને મળી જાય છે. એમાં આલેખાયેલાં પાત્રો નિર્જીવ પૂતળાં નથી, એ

તો ક્ષણે ક્ષણે જીવનના સાહસમાં ઝંપલાવનારાં, ઓછાબોલાં, હસતાં ને રડતાં, ભૂલતાં ને પસ્તાતાં, મૂંઝાતાં ને માર્ગ ઉકેલતાં જીવન્ત માનવીઓ છે. વાર્તાના વસ્તુ-ગૂંથણમાં મર્મ-કટાક્ષોનાં, બુધ્ધિચાતુરીના, ઠાવકાઇના સુંદર પ્રસંગોની ભાત ઊપડતી આવે છે. માટે જ એ આખો જાદુનો નહીં પણ જીવનનો પ્રવાહ છે. જાદુ તો માત્ર નદીના પ્રવાહને બન્ને કિનારે ઊગેલાં વૃક્ષો કે ગાયન ગાતાં નવરંગી પંખી કે સંધ્યા-ઉષાના ખીલતા રંગો જેવો જ ભાગ આ વાર્તાઓના કિનારા પર લઇ રહ્યું છે. પ્રવાહને એ શોભાવે છે, પોતાના પડછાયાથી રમ્ય બનાવે છે, પણ પ્રવાહને રોકતું નથી.

લોક-નીતિ

લોક-નીતિની કેટલીક ભાવનાઓ આ વાર્તાઓ પર અંકાયેલી છે. કસોટીના અગ્નિ સોંસરવી ચાલી જતી એ ફૂલવંતી લોક-નીતિની સાચી સીતા છે. પોતાના જ પ્રભાવ વડે રાજાને પરણાવનારો અને છેક શયનગૃહ સુધી જઇને મિત્ર રાજવીને બચાવનારો મનસાગરો લોકજીવનનો લક્ષ્મણજતિ છે. પ્રથમ દ્રષ્ટિએ જ પ્રેમ જાગ્યા પછી છ-છ મહિના સુધી એ પરદેશી સ્વામીના જાપ જપતી તેમ જ મિલાપ થયા પછી પણ સ્વયંવરે પરણતી પદ્માવતીમાં લોકદ્રૌપદીનાં પુણ્યદર્શન થાય છે. પોતાના વ્રત પૂરાં કરનાર બેપરવા વીરપુરૂષ વીરાજીની પાછળ એકલવાઇ અને ઉઘાડે પગે ચાલી નીકળનાર રજપૂત-પુત્રી પણ એ લોક-નીતિની પ્રતિનિધિ છે.

મુક્ત લહરીઓ

અને તેમ છતાં આ લોક-નીતિને ગૂંગળાવે તેવું પૌરાણિક પવિત્રતાનું આડંબરી વાતાવરણ આ કથાઓમાંથી બાતલ રહ્યું છે. બ્રાહ્મણોનાં ફરમાનો છૂટે તે પ્રમાણે અદબ વાળીને આ વીર-વીરાંગનાઓ નીતિની કવાયત નથી કરતાં. શિયળનાં ભાષણો નથી કરતાં, ઘૂમટા કાઢીને મોં નથી

સંતાડતાં, પુરોહિતનાં મંત્રોચ્ચારની વાટ નથી જોતાં. વીરાજીની પાછળ રાજપૂતાણી કોઇની યે રજા લીધા વિના દોટ કાઢે છે, છલંગ મારીને એની પછવાડે ઘોડા પર ચડી બેસે છે. ધુતારાના ઘરમાં પોતાના ગાફલ પતિને ફિટકાર આપે છે. રાજસભામાં પતિ સામે અભિયોગ પોકારે છે; ને છતાં એટલી જ પતિપારાયણ બનીને લગનની પ્રથમ રાત્રીથી માંડીને છ છ મહિના સુધી એકલવાઈ નિર્જન રાત્રીઓ વિતાવે છે. પદ્માવંતી પણ પોતાની મુન્સફીથી જ પેલાં પ્રાચીન દેવળો પાસે સાંકેતિક સગપણ કરી લેવામાં પોતાના ધર્મનો લોપ નથી માનતી. કેમકે એનો ધર્મ કોઈ શાસ્ત્રાજ્ઞાઓમાં નથી, અંતરાત્માની અંદર છે. વીરત્વ એનો ધર્મ છે. વીરત્વને એણે કનકાવતી નગરી શોધી કાઢવાની કસોટીએ ચડાવ્યા પછી જ સ્વયંવર-લગ્ન કીધાં. એ જ રીતે એ સ્વામીભક્ત મનસાગરો -

नाहं जानामि केयुरम
नाहं जानामि कुण्डलम

એવો કશોય શ્લોક બોલવાને બદલે, પોતાના બાંધવને બચાવવા માટે છેક મિત્ર-દંપતીના શયન-ગૃહમાં સંતાઇને રાણીના ગાલ પરથી ઝેર ચૂસવા જેટલો શાસ્ત્ર-નીતિનો લોપ દાખવે છે, છતાં એની આંતરિક નીતિ ઉજ્જવલ રહે છે. માતાને શરીરે સ્પર્શનાર બાળકનો જ એ મધુર ભાવ હતો.

નીતિની એવી ઉન્મુક્ત, સુગંધમય, નિર્મળ લહરીઓ લોક-જીવનમાં વાતી હતી. જીવન સ્વાભાવિક માનવ-ધર્મની સુવાસે મહેકતું હતું, શાસ્ત્ર-ધર્મના તાપથી કરમાતું નહોતું. સાત સમુદ્રો વીંધીને દેશાટન કરનારા ફૂલસોદાગરની સાહસિકતાના સરજનહાર એ યુગને 'સમુદ્ર ઉલ્લંઘન મહાપાપ'ની પંડિત-સત્તા હજુ પહોંચી નહીં હોય. મનુષ્યો સાહસિકતાની છલાંગો ભરતાં હશે.

એટલા પ્રાચીન સમયથી ચાલી આવતી, અને શાસ્ત્રજ્ઞાઓના વિધ-નિષેધોથી મુક્ત જીવનનું પ્રતિબિમ્બ પાડતી આ વાર્તાઓ, માતાઓએ કહી

ને પુત્રીઓએ સાંભળી, વૃદ્ધોએ કહી ને યુવાનોએ સાંભળી. કોઈએ કશો યે સંકોચ નથી અનુભવ્યો. હંસારાજા ફૂલસોદાગરને વૈશાખી પૂર્ણિમાએ એની સ્ત્રી પાસે એક પહોર રાત્રી ગાળવા લઇ ગયો, કે ફૂલવંતીનું હૈયું ઉત્તર દિશામાં ઊઘડતાં જ એનાં થાનેલાંમાંથી દૂધની ધારા વછૂટી, કે રાજા-રાણીની છેલ્લી ઘાત વેળાની જે શયન-ગૃહની ઘટના બની, એવી એવી વાતોમાં લોક-નારીઓએ કૃત્રિમ લજ્જા નથી બતાવી. એનાથી આપણી માતા-બહેનો ભડકીને ભાગેલી નથી. કેમકે એ પ્રસંગો કાં તો માતૃત્વના છે, છે કાં નિર્દોષ દામ્પત્યના છે. અને શૃંગારના હોય તોપણ એ શૃંગાર જીવનના સાચા સ્વાભાવિક અંશરૂપ હતા.

વાનગી

કલ્પનાને રમાડતી, બલિદાનને પ્રબોધતી, સાહસ, શૌર્ય ને શિયળના લોક-આદર્શો ઊભા કરતી, અને કલાવિધાનથી વિભૂષિત આવી રૂપકથાઓનો મોટો ખજાનો આપણા સૌરાષ્ટ્રના કોઇકોઇ વૃધ્ધ દાદાજીઓની સ્મૃતિઓનાં ખંડેરો નીચે દટાયેલો પડ્યો છે. કૈં કૈં નવી નવી ઘટનાઓનાં એમાં ગૂંથણકામ છે. એનો લોપ થઇ જવાને હવે ઝાઝી વાર નથી. એના ઊંડાણમાં આપણો વાચક-વર્ગ કેટલો ઉતરી શકે છે તે માપવા આટલા નમૂનાઓ આજે રજૂ થાય છે. આપણા કંઠસ્થ સાહિત્યમાં આ સહુથી પહેલો પ્રયાસ છે. વિક્રમ રાજાની વાતો પણ સોરઠી શૈલીમાં ને સોરઠી ભાવોમાં રંગાઇને બીજે બહાર નથી પડી.

બંગાળી રૂપકથાઓ

બીજા પ્રાંતો પૈકી બંગાળાએ તો પોતાની રૂપ-કથાઓને સાંગોપાંગ હાથ કરી લીધી છે. એ કથાઓનાં નિરનિરાળાં પાઠાન્તરોના કંઇ નહિ તો દસેક સંગ્રહો ત્યાં બહાર પડી ગયા છે. અને 'દાદાજીની વાતો' માફક, અસલી

દાદાશૈલીને આબાદ સ્વરૂપે રજૂ કરનારો સંગ્રહ 'ઠાકુરદાર્ ઝુલી' નામનો ગણાય છે.

આટલું જ બસ નથી. આ રૂપકથાઓનું સાચું મૂલ્ય તો બંગાળાએ સંશોધનશાસ્ત્રની દુનિયામાં મૂલવ્યું છે. કલકત્તા યુનિવર્સિટીએ રાય બહાદુર દિનેશચંદ્ર સેનને 'ડૉક્ટર ઑફ લિટરેચર'ની પદવી એનાયત કરીને, 'રામમરતન લાહિરી ફેલો' તરીકે બંગાળાનું લોકસાહિત્ય વિવેચવા માટે નિયુક્ત કરેલા છે. એ વિદ્વાને આ રૂપકથાઓ ઉપર રસની, સાહિત્યની, જીવનની અને પુરાતત્ત્વની દ્રષ્ટિએ જે તલસ્પર્શી વ્યાખ્યાનો અનુસ્નાતક વર્ગની આપેલાં હતાં, તે વ્યાખ્યાનો 'ધ ફૉક લિટરેચર ઑફ બેંગાલ' નામના પુસ્તકરૂપે કલકત્તા યુનિવર્સિટીએ પ્રગટ કરેલાં છે.

બંગાળી રૂપકથાઓનો સંગ્રહ અને આ પુરાતત્ત્વની મીમાંસા વાંચતાં જ્ઞાન થયું કે બંગાળમાં પણ આ-ની આ જ કથાઓ, કેટલાક પ્રાંતોચિત્ત પ્રસંગાન્તરો સાથે જન્મ પામી છે, અને જનતાની નસોનાં રૂધિરમાં રેડાઇ ગઇ છે. બંગાળી રૂપકથાઓ કંઇક વધુ વિશુદ્ધ, વિપુલ વસ્તુભરી, અને શુધ્ધ સંસ્કારોથી સોહામણી ભાસે છે. 'ફૂલસોદાગર'ની આપણી રૂપ-કથા મને અપૂર્ણ લાગવાથી બંગાળી 'શંખમાલા'ની ઘટનાઓ મેં આંહીં અપનાવી લીધી છે. એટલું જ બસ નથી. આ મીમાંસાકાર તો અંગ્રેજી રૂપકથાઓ ટાંકી ટાંકીને પૂર્વ-પશ્ચિમની આ દૌલતને એક જ સ્થળેથી ઉદ્ભવેલી બતાવે છે. અને એ તો બાહ્ય તેમ જ આંતરિક એવા અનેક જાતના પુરાવાઓનું દોહન કરીને એટલે સુધી સિદ્ધ કરે છે કે બંગાળાની જ આ રૂપકથાઓ, પ્રાચીન કાળમાં પરદેશ ખેડતાં આપણાં જહાજોમાં ચડીને, આપણાં મલમલ કે મશરૂની સાથે જ દેશવિદેશને કિનારે ઊતરી - એટલે કે ખલાસીઓની જીભેથી કહેવાઇને પરદેશીઓને કાને પડી, તેમાંથી એ વાર્તાઓએ ત્યાંના યુરોપી સ્વાંગ સજ્યા ને પછી 'ગ્રિમ બ્રધર્સ ટેઇલ્સ'ને નામે પ્રગટ થઇ યુરોપી રમણીઓ બની પાછી હિન્દમાં આવી!

૧. મનસાગરો

સોરઠમાં પાંચાળ દેશ, એની કંકુવરણી ધરતી, એમાં ચોટીલો ડુંગર, અને એ ડુંગરના ધરામાં મોરસર નામે ગામ : એ ગામમાં મગરપ્રતાપ રાજા રાજ કરે. રાજાની અવસ્થા વરસ પચીસેકની હશે. જેવાં એનાં રૂપ, એવાં જ એનાં ડહાપણ. રાજાએ જાલંધરના જેવી દોમદોમ સાયબી જમાવેલી.

ઈંદ્રાપરી જેવું રાજ, પણ એક જ વાતની ઊણપ રહી ગઈ છે : નગરને બાગબગીચો ન મળે. દિવસ આખો ઝાડવાં વાવે, ત્યાં રાતે માંડવના ડુંગરમાંથી સૂવરનાં ડાર આવે અને દાતરડીથી ઝાડવેઝાડવાંનો સોથ કાઢી નાખે. સાંઢસર અને સીંઢસર તળાવની પાળે આ સૂવરડાંનો રહેવાસ હતો.

રોજ સવારે માળી જઈને પોકાર કરે કે "ફરિયાદ! મોટા રાજા, ફરિયાદ! નંદનવન જેવી ફૂલવાડીને સૂવરડો વીંખી જાય છે."

રાજાએ કહ્યું કે, "માળી, હવે સૂવરડાં આવે ત્યારે અમને જાણ કરજે."

પૂનમનો દિવસ છે. સોળે કળાનો ચંદ્રમા આભમાં ચડ્યો છે. અજવાળાં ઝોકાર છે. ત્યાં તો સૂવર-સૂવરડી આવી પહોંચ્યાં. આવીને એણે તો નવી રોપેલી ફૂલવાડી ભાળી.

સૂવરડી બોલી: "અરે હે ભોળા ભરથાર! આ કોઈ રાજાની વાડી છે હો! સવારે તારા સગડ લઈને બારસે બંદૂકદાર તારી વાંસે ચઢશે હો!"

સૂવર બોલ્યો: "હે અબળા! તું તારે તારું ડાર કડ્યે વીંટીને ડુંગરામાં હાલી જા. હું તો ઝાડવાં ઉખેડ્યે જ રહીશ."

એમ કહીને હૂક! હૂક! હૂક! કરતો સૂવરડો ઊપડ્યો ફૂલવાડીમાં અને દાતરડી ભરાવીને ઝાડવાંનો ડાળોવાટો કાઢવા મંડ્યો. સૂવરડી બચળાંને રાતુડી ધારમાં સંઘરીને આવીને ઊભી ઊભી ચોકી કરી રહી છે.

માળીએ જઈને 'ફરિયાદ! ફરિયાદ! ફરિયાદ!' એવા પોકાર કર્યા. રાજાને જાણ થઈ. રાજાજી બોલ્યા: "આંહીં સાત વીસું રજપૂત બેઠા છો, પણ જો આજ સૂવરડો હાથમાંથી જાશે તો તોપને મોઢે બાંધીશ."

સાત વીસું રજપૂતોએ ઘોડે ચડીને સૂવરને માથે વહેતાં કર્યાં. સાત વીસું બંદૂકના ચંભા છૂટ્યા. સૂવરને માથે ગલોલીઓના મે વરસવા મંડ્યા. પણ સૂવર તો ગલોલીનો ઘા ખાઈને તરત પડખેના ખાબોચિયામાં પડે છે એટલે પલકમાં પાછો ઘા મળી જાય છે.

ગલોલીઓની બહુ ભીંસ થઈ એટલે સૂવર ઝાળના ઢૂવામાં પેસી ગયો. ત્યારે સૂવરડી બોલી કે -

સૂવરડો સૂતો ઝાળમાં, ભૂંડણ આંટા ખાય,
ઊઠ હે કંથ નિંદ્રવા, તારાં ઘર ઘોડે ભેળાય.

મેણાનો માર્યો સૂવર ઊઠ્યો ને બોલ્યો કે "જોઈ લેજે હો કે રાંડ, હમણાં તીતી ભીતી કરી નાખું છું."

હૂક! હૂક! હૂક! એવા હુકાર કરતો સૂવર દાતરડી કાઢીને નીકળ્યો. ગલોલીના મારને ગણકાર્યો નહિ. સાત વીસું ને એક ઘોડાં ઘેરીને ઊભાં હતાં તેમાંથી કોને મારવો એવો અણે વિચાર કર્યો: 'અરે, ઘેંસનાં હાંડલાં તે કોણ ફોડે!' એમ બોલીને એણે દોટ કાઢી. સાતે વીસુંને કોરે મૂકીને એણે તો રાજાના ઘોડાને હડફેટમાં લીધો. રાજાના ઘોડાના બે પગને દાતરડી લગાડીને એ તો કૂંડાળામાંથી નીકળી ગયો. તે સ ડ ડ ડ ડ કરતો ડુંગરામાં ગેબ થયો.

રાજા કહે: "મનસાગરા, તારી પાસેથી ગયો."

મનસાગરો મોઢું મલકાવીને બોલ્યો: "વાહ રે રાજા, પ્રથમ પહેલાં તમારા ઘોડાના ડાબલા તો સંભાળો!"

રાજાએ ઘોડાના પગમાં જોયું તો ધધાખ ધધાખ ધધાખ લોહીની ધાર હાલી જાય છે! એણે બીજો ઘોડો રાંગમાં લીધો અને બોલ્યો: "રજપૂતો, તમે સહુ સહુને ઘરે જાઓ. હું સૂવરને મારીને જ આ નગરીનું પાણી પીવાનો."

એમ કહીને રાજાએ સૂવરને સગડે સગડે ઘોડો લાંબો કર્યો. ડુંગરના ગાળામાં તડબડ તડબડ તડબડ પાણીપંથો ઘોડો તીર વેગે ગયો. જોતજોતામાં તો રાજાએ સૂવરને ઝપાટામાં લીધો. પણ તરવારનો ઘા કરે ત્યાં તો સૂવર તીરને વેગે નીકળી જાય અને તીર છોડે ત્યાં સૂવર તરવારને વેગે છટકી જાય.

એમ આખો દિવસ આથડીને રાજાએ સૂવરને થકવ્યો. સાંજ નમવા મંડી. સૂરજ મહારાજ મેર બેસે છે. રૂઝ્યું કુંઝ્યું વળી રહી છે. અને હાં કે હમણાં જ સૂવરડો હાથથી જાશે ત્યાં તો 'જે મોરલીધર' કહીને રાજાએ કાન સુધી કમાનની પણછ ખેંચી. તીર છૂટ્યું અને પાડા જેવડો સૂવર ભફ કરતો ધરતી ઉપર જઈ પડ્યો.

સૂરજ મહારાજ મેર બેસી ગયા. ચંદ્રમાનાં કિરણ મંડ્યાં છૂટવા. સામે જુએ ત્યાં

અખંડનેત્રા ઝાડી!
ડુંગરે ડુંગરાની મૂછું મળી છે.
ઝાડવે ઝાડવું અટવાઈ ગયું છે.
સાંસો ખાલ મેલે એવી
આરડ બોરડ અને કેરડાની ઘટા બંધાણી છે.
સાગના દોરિયા નેવું નેવું હાથને માથે ડોકાં કાઢી રહ્યા છે.

વાંદરા ઓળાંબો કોળાંબો રમે છે.
રીંછ કણકી રહ્યાં છે.
અને
નવ નવ હાથ લાંબા ડાલામથ્થા સાવજ
એવી તો ઝરડકિયું દિયે છે કે
ગ મ મ મ મ મ! નેસના ડુંગરા હલમલી હાલે છે.

એમાં રાજાને એકલું એકલું લાગવા મંડ્યું. ડુંગરાની ખોપો જાણે હમણાં ખાઈ જાશે એમ ડાચાં ફાડીને બેઠેલી છે. રાજાજી મૂંઝાઈને જ્યાં પાછળ નજર કરે ત્યાં કોણ? મનસાગરો પ્રધાન! "અરે મનસાગરા! તું આહીં કેવો?"

"મહારાજને એકલા મૂકું તો મને કાળી ટીલી ચોંટે."

"અરે રંગ રે મારા મનસાગરા, રંગ."

મનસાગરાની સાથે અફીણ હતું તે ઘોળીને કસુંબા પીધા ત્યાં તો સૂરજ મહારાજે કિરણ્યું કાઢી. મનસાગરે અડખે પડખેથી આવળિયાં, બાવળિયાં, લપોળિયાં, ઝપોટિયાં વીણી લાવીને ચકમક ઝેગવ્યો. ઈંધણાંનો દેવતા પાડ્યો. અને પછી -

વાલિયા ગાબુના વાડાની બજર,
અછોટિયા વાડનો ગળ
મછુની કાંકરી
અને ઊંડનું પાણી

કર્યાં ભેળાં. ચલમ ભરીને એવો દેવતા માંડ્યો કે ચલમ ઊંધી વાળો તો ય તિખારો ન ઝરે.

હોકાની ત્રણ ફૂંક લીધી ત્યાં તો રાજાની કાયામાં કાંટો આવી ગયો. પણ આઠ પહોર થયાં અંજલિ પાણી નહોતું મળ્યું એનું કેમ? રાજાના ગળામાં કાંચકી બંધાઈ ગઈ. રાજા પાણી પાણી પોકારવા મંડ્યા.

ઝાડે ચડીને મનસાગરે જોયું તો આઘેરાં જાનવર ઊડતાં જોયાં. જાણ્યું કે હાં, ત્યાં પાણીનું થાનક હશે. મનસાગરો પ્રધાન તો પંખીની પધોરે પધોરે પાણી ગોતવા ગયો.

રાજા નજર કરે ત્યાં સામે જ કાળાન્તરનાં જૂનાં પાંચ દેવળ દેખ્યાં. ઝાડવાની ઘટા જોઈ. નિમેષ વાર થઈ ત્યાં તો ઘ ર ર ર ર! કરતો દખણાદી દિશામાંથી રથ ઊડતો આવે છે અને એ રથને પાંખાળા ઘોડા જોડેલા છે.

આવીને રથ દેવળે ઊતર્યો. અંદરથી અપસરા નીકળી. નીકળતાં તો ત્યાં તેજનાં કિરણ પડી ગયાં. અપસરાએ રાજાને ભાળ્યો. દેવળમાં જઈને પૂજા કરી. પાછી નીકળી. રાજાની સામે આંખના તારલા નોંધ્યા. કંકુવાળા ચોખા કર્યા. નારિયેળ દેખાડ્યું. છ આંગળીઓ ઊંચી કરી. કટાર ઉઘાડીને પોતાના પેટ સામે ધરી. અને પાછી રથમાં બેસીને ઘ ર ર ર ર! રથને ઉડાડી મેલ્યો.

રાજા તો 'ઓ જાય! ઓ જાય!' એમ બોલતો રહ્યો.

મનસાગરો પાણી લઈને આવે ત્યાં તો 'ઓ જાય! ઓ જાય! ઓ જાય!' એમ જાપ જપાય છે. બીજી કંઈ શૂધબૂધ રાજાને રહી નથી.

મનસાગરો કહે કે "અરે હે રાજા! શું તમે ગાંડા થયા છો?"

"મનસાગરા, એક અપસરાનો રથ દખણમાં ગયો. અને એ મને કાંઈક નિશાની કરતી ગઈ. ઓ જાય! ઓ જાય! ઓ જાય!"

"અરે ચુડેલ હશે, ચુડેલ! અપસરા કેવી? ચુડેલથી બી ગયા લાગો છો. થૂંકી નાખો, થૂંકી નાખો."

"મનસાગરા! હવે થૂંકાય નહિ. હવે તો એ અપસરા રાંધે તે દિવસે હું અન્નજળ લઉં!"

"હવે અન્નજળ નહિ લ્યો તો જાશો મારા બાપ પાસે, છાનામાના પાણી પી લ્યો ને!"

પણ રાજા તો એકનો બે ન થયો. એના ઘટડામાં તો 'ઓ જાય! ઓ જાય! ઓ જાય!'ના જ સૂર બંધાઈ ગયા છે. મનસાગરાને લાગ્યું કે ના, ના! રાજા ગાંડો નથી. કાંઈક કૌતુક થયું હશે.

મનસાગરો મંદિરમાં ગયો. જઈને જુએ ત્યાં તો કંકુ કેસરનાં પગલાં : ધૂપ : દીવો : અને ચોખા : અહાહા! અપસરા તો સાચી! નીકર મહાદેવની આવી રળિયામણી પૂજા ન કરે. પણ એની સમસ્યામાં એ શું સમજાવી ગઈ?

મનસાગરો તો બુદ્ધિનો સાગર હતો. એણે એક પછી એક સમસ્યા લઈને પોતાના મનમાં અર્થ બેસાર્યો :

શ્રીફળ અને ચોખા બતાવ્યા એટલે શું? હાં બરાબર; એનો મર્મ એ કે હે રાજા, હું તને વરી ચૂકી છું.

પણ છ આંગળી એટલે? હાં, હાં, છ મહિના તારી વાટ જોઈશ.

અને કટારી પેટ સામી ધરી એ શું? બરાબર, તું નહીં આવ્ય તો કટારીથી મારો દેહ પાડીશ.

હવે એણે શંકરના પદમની પૂજા શા સારુ કરી? એનું નામ શું પદમાવતી હશે? હા, બરોબર એમ જ.

પણ એનું ગામ કયું? હાં, એણે પદમ ફરતાં કનકનાં ફૂલ ગોઠવ્યાં છે : એટલે કનકાવતી નગરી હશે.

એવો મર્મ ગોઠવીને મનસાગરો રાજાની પાસે આવ્યો. આવીને કહે કે "ઊઠ ઊઠ હે રાજા! તને આજથી છ મહિને એ અપ્સરાની સાથે ચાર મંગળ ન વરતાવું તો તને ફાવે તે સજા કરજે."

રાજા કહે કે "માથું વાઢી લઈશ અને નવો ગઢ ચણાવી ગઢને કાંગરે કાંગરે તારા માથાની રાઈ રાઈ વાપરીશ."

મનસાગરો બોલ્યો કે "હવે માથું કાપ્યા પછી તારે ગમે તે કરજે ને! પછી મારે ક્યાં જોવા આવવું છે!"

રાજાએ તો પાણીબાણી પી, ચાર ચાર ફૂંક હોકાની લીધી. ત્યાં તો ધણણણણ! બાર બાર મૂઠ્યના કેફના તોરા ચડી ગયા. ડિલ કાંટે આવી ગયું. પછી દણણણણ! ઘોડે ચડીને પોતાની નગરીને માર્ગે મંડ્યા ઘોડા ફેંકવા! સાંજ પડ્યે મોરસર ભેળા થઈ ગયા.

દિવસ પછી દિવસ વીતવા લાગ્યા. પણ રાજાનો જીવ તો પાણીમાં માછલું તરફડે એમ તરફડતો હતો. રોજ ઊઠીને આજીજી કરે કે "હે મનસાગરા, હવે ક્યારે જાશું કનકાવતી?"

“રાજા વાજાં ને વાંદર્યાં, ત્રણે સરખાં! તમારે તો બાપુ, બીજો ધંધો જ નથી! કનકાવતી નગરી તે શું રસ્તામાં પડી છે? કોણ જાણે ક્યાં હશે?”

મનસાગરે ત્રણ ત્રણ મહિના સુધી ગોત કરી. પણ કનકાવતી નગરીનો પત્તો ક્યાંય મળ્યો નહિ. ત્રણ જ મહિના રહ્યા અને દિવસ તો નદીઓનાં પાણીને વેગે મંડ્યા વીતવા. હવે કરવું શું?

એક વાર મનસાગરો બજારમાં હાલ્યો જાય. ત્યાં તો જોગી ઓતરાખંડરો! કોઈક નાગડો બાવો : માથે વેંત વેંત લાંબા પીંગલાં લટુરિયાં ફરકે : ઘેરી ઘેરી આંખડીઓ : આખે ડીલે ભભૂતના થર : એક હાથમાં ચીપિયો, અને બીજા હાથમાં ખપ્પર લઈને 'આલેક! આ....લેક!' કરતો ચાલ્યો આવે છે.

મનસાગરો બોલ્યોઃ "બાવાજી, નમો નારાયણ!"

“નમો નારાયણ, બચ્ચા! લેકિન કુછ ગાંજા નહિ, સૂકા નહિ, કુછ નહિ.”

મનસાગરે ગાંજાની કળીઓ વીણી, પાણી નાખીને હથેળીમાં ચોળી, ચલમમાં ભરીને બાવાજીના હાથમાં આપી, ચકમક ઝેગવીને દેવતા ચલમ ઉપર ધર્યો. ત્યાં તો બાવાએ -

આલેક ગરનારી દુલા
ભેજ ગાંજેકા પુલા
નજર કરે કરડી
સો મરે ટાંગા ઢરડી
સૂકા સાપ
ગાંજેકા બાપ
કડકડતી કાળકા
ભડભડતા મસાણ
ઉજડ ગામના હડમાન
મચા દે ધમસાણ
ઠંડા પોરકી લેર
બાવા અબધૂતકી મેર
કોઈ પીવે ગાંજા ને
કોઈ પીવે ઝેર

- એમ બોલી ઝપટ મારી. ચલમને માથે વેંત વેંત ઝાળ ઊપડી. સાતમી ભોમકાને માથે બાવાનો જીવ ચડી ગયો. કેફનો તોરો લાગ્યો. બીજી કોર મનસાગરો પગ ચાંપવા મંડ્યો અને બોલ્યો કે, “ભલે! ચાર જગના જોગી, ભલે!”

બાવો કહેઃ "બચ્ચા માગ, માગ!"

"જોગીરાજ! બીજું કાંઈ નહિ, પણ મને કનકાવતી નગરીનો રસ્તો દેખાડો. હું ભૂલો પડ્યો છું."

"અરે કનકાવતી તો મેરે પાંવ નીચે ઘાસ ગઈ હે, દેખ, ઈધરસે બરડો ડુંગર, શેત્રુંજા ડુંગર, નાંદીવેલા ડુંગર. ઉધર દો રસ્તા તરેગા. જમણા રસ્તાસેં સાત કોસ કનકાવતી. ઔર ડાબા રસ્તાસેં તીન કોસ. લેકિન તુમ ડાબા છોડકે જમણા ચલના."

મનસાગરે રાજાને જાણ કરી. રાજાએ તો હાકલ કરી કે "હાં, થાય નગારે ઘાવ! રથ રેંકડા, ડેરા તંબૂ, દૂઠ દમંગળ લશ્કર સાબદાં થઈ જાઓ!"

મનસાગરે હળવેક રહીને રાજાના કાનમાં ફૂંક મારી કે "કાં ભાઈ, કનકાવતી જઈને ગોળની કાંકરી ખાઈ આવ્યા છો ખરા કે?"

"ના! કેમ?"

"ત્યારે આવડી બધી તૈયારી શેની? ત્યાં કાંઈ સાસુ પોંખવા નહિ આવે. ત્યાં તો કાકાઓ છૂટી ડામણિયું મારશે તે બરડા ફાડી નાખશે, જાણો છો?"

રાજાએ કાનની બૂટ ઝાલી. એક જ રથ લઈને બેઉ ભાઈબંધ અંદર બેઠા. ઠનનન! ઠનનન! ઠનનન! ઠનનન! રથ રોડવ્યે જાય છે. રસ્તામાં રાત રહેતા રહેતા નાંદીવેલાના ડુંગર પાસે બે રસ્તાને તરભેટે આવી ઊભા રહ્યા.

મનસાગરે તો મૂંઝાઈને રથ થંભાવ્યો. હવે શું થાય? જોગીનું વેણ ચૂકી ગયા. ડાબે રસ્તે રથ હાંક્યો. મહા ઘોર ઝાડીમાં અટવાઈ ગયા. ચારેક ગાઉ રથે ગોથાં ખાધાં ત્યાં તો રાજાના માથામાં ચસકા નીકળવા મંડ્યા. ખોપરી જાણે હમણે નીકળી પડશે. રાજાનો પ્રાણ તો જાઉં જાઉં થાય છે. રાજા ચીસેચીસ નાખે છે. મનસાગરો તો મૂંઝાઈ ગયો છે.

"અરે હે બાળારાજા! આ પરદેશી ધરતી છે. આપણે ભૂલા પડ્યા છીએ. તમે હરમત રાખો."

પણ હરમત ક્યાંથી રાખે? એક વાટપાડિયો ઝેરઝાળ નાગ જંગલમાં ચારો ચરે છે. અને -

બાર ગાઉમાં એનું ઝેર ફરે
ભોમધણી હોય એને ચડે.

એટલે કે બાર બાર ગાઉમાં એનું ઝેર છવાઈ જાય તે બીજા કોઈને નહિ પણ રાજના ધણીને ચડે.

રાજાની રગેરગમાં ઝેર તો ચડવા મંડ્યું. સાંજ પડ્યે ઝેરઝાળ નાગની વાવ આવી ત્યાં તો રાજાનો જીવ દસમે દ્વારે પહોંચી ગયો. એકલા તાળવામાં જ ધબકારા રહ્યા. મૂંઝાઈને મનસાગરો ધા નાખે છે કે 'એ ઠાકોર! એક હોંકારો દ્યો.' પણ રાજા ક્યાંથી બોલે?

મનસાગરો વાવમાં પાણી ભરવા ગયો. અંદર ડોકિયું કરે તો અંધારી ઘોર ઊંડી વાવ : ચોળિયું પારેવું ત્રા વિસામા ખાય ત્યારે છેલ્લે પગથિયે પહોંચે એટલી બધી ઊંડી. અંદર પાંદડાં! પાંદડાં!

પાંદડાં ખસેડીને મનસાગરે ખાબોચિયું ઉલેચ્યું. કાજળિયો ભર્યો. રાજાના માથા પર પાણી છાંટ્યું. પણ રાજાની મૂર્છા વળતી નથી. ત્યાં રાત પડી ગઈ. રાજા બેભાન છે. મનસાગરો ઢાલ, તલવાર અને ભાથો બાંધીને ચોકી કરવા મંડ્યો.

અઘોર રાત જામી ગઈ છે. ત્રમ! ત્રમ! ત્રમ! તમરાં બોલે છે. દોઢેક પહોર રાત ગઈ ત્યાં વાવમાંથી ફરરરર! કરતાં પાંદડાં ઊડીને બહાર નીકળ્યાં.

મનસાગરો વિચારે છે કે 'આ શું કૌતુક? વગડામાં વંટોળ દીઠા, પણ વાવમાં કોઈ દી નથી દીઠા!'

ત્યાં તો ધુમાડાના ગોટેગોટા નીકળવા માંડ્યા. અને પછી તો ઝડાફ! ઝડાફ! કરતાં ઝાળના ભડકા નીકળ્યા. કાંઠે જે લીલા કંજાર ઝાડવાં હતાં એટલાં બધાં બળીને કાળાં ઝેબાણ બની ગયાં. થોડીક વાર થઈ ત્યાં તો -

ફૂં! ફૂં! ફૂં! એવાં ફૂંફાડા મારતો ઝેરઝાળ નાગ નીકળ્યો. મનસાગરો થોડીક વાર તો હેબત ખાઈને ઊભો થઈ રહ્યો, પણ જેમ જેમ સાપને ફૂંફાડતો જોયો, તેમ તો "અરે ફટ ફટ! હું કંકુવરણી ભોમકામાં પાકેલો છું ને આમ ડરીને મરીશ?" એમ બોલીને "ઊભો રેજે તારી જાતનો નાગ મારું!" કરતો ઉઘાડી તરવાર લઈને દોડ્યો.

ખડ! ખડ! ખડ! નાગ હસી પડ્યો.

સામે મનસાગરોયે હસ્યો : ખડ! ખડ! ખડ!

નાગ કહે: "એલા, કેમ હસ્યો?"

મનસાગરે સામે પૂછ્યું: "ત્યારે તું કેમ હસ્યો?"

"હું તો એમ હસ્યો કે તું બહુ લોંઠકો થઈને ઉઘાડી તરવારે દોડ્યો આવ છ, પણ હમણાં હું ફૂંક માર્યા ભેળો તને બાળીને ભસમ કરી નાખીશ."

મનસાગરો બોલ્યો: "હવે બાળી જાણ્યો. એમાં આવડી બધી બડાઈ શું કરી રહ્યો છે? બસ બાળી જ જાણ છ? કે કે'દી કોઈનું ઠાર્યું છે ખરું?"

નાગ વિચારમાં તો પડી ગયો. એટલે બરાબર લાગ જોઈને મનસાગરે ટોણો માર્યો કે, "આવી જા, રવદ બાંધ : કાં તો તેં બાળ્યાં છે એટલાંને ફરી વાર લીલાં કરી દે તો હું ઊઠબેસ કરું, નીકર તેં બાળ્યાં છે એને હું હમણાં લીલાં કરી દઉં તો તું ઊઠબેસ કરીશ? છે કબૂલ? અરે, આબરૂ ધૂડ થઈ જાય ધૂડ! મોટા શેષનાગે ઊઠબેસ કરી એમ માણસ વાતું કરે, ખબર છે?"

નાગના હૈયામાં ધ્રાસકો પડ્યો કે 'વાત સાચી! આ મારો બેટો માનવી જો ક્યાંક ઝાડવાં લીલાં બનાવી દેશે તો મારી આબરૂ પડી જાશે!' એ બોલ્યો : "એમ! જોવુ છે? આ લે ત્યારે!"

એટલું બોલીને નાગે મોઢામાં અમૃતની કોથળી હતી તે દાબીને ફરરર કરતી એક ફૂંક મારી. ત્યાં તો બળેલાં ઝાડવાંનાં ઠૂંઠાને ફૂંપળાં ફૂટી નીકળ્યાં. ચારે દિશામાં લીલવણી પથરાઈ ગઈ. લીલું લીલું થઈ ગયું.

અને રાજાનીયે મૂર્છા વળી ગઈ.

નાગ બોલ્યોઃ "લે, હવે તારા પેટની વાત કર."

મનસાગરો તાળી પાડીને બોલ્યોઃ "હા...હા...હા...હા...! તને કેવો મૂરખ બનાવ્યો, દોસ્ત! ગાંડિયા, એટલુંયે ન સમજ્યો કે કાળા માથાનાં માનવી તે ક્યાંય સૂકાનાં લીલાં કરી શકતાં હશે! મારે તો મારા રાજાને સજીવન કરાવવો હતો એટલે તારી પાસે અમી છંટાવ્યું, મૂરખા!"

નાગને તો રૂંવે રૂંવે ક્રોધની ઝાળ થઈ, પણ હવે શું કરે? એની ઝેરની કોથળી તો ખાલી થઈ હતી! એ તો ફરીવાર છ મહિને ભરાય.

ફેણ માંડીને નાગ બોલ્યોઃ "યાદ રાખ બેટમજી, સ્વાતનું નખતર વરસે, અધ્ધરથી એનાં ફોરાં ઝીલું, એનું હળાહળ ઝેર કરું અને તું જ્યાં હો ત્યાંથી ગોતીને ડંસ કરું. કરડ્યા ભેળો ત્યાં ને ત્યાં પાણી જ કરી નાખું!"

"લ્યો ત્યારે બાપજી! લેતા જાવ! બોલ્યા એના ગણ!" એમ કહીને ઉઘાડી તરવારે મનસાગરો ઊછળ્યો અને એક ઘા ઝીંકીને નાગના બે કટકા કરી નાખ્યા.

“લ્યો બાપા! સદગતિ કરજો તમારા જીવને! મૂંગા રહ્યા હો તો કાંઈ હતું?”

નાગના કટકા બે ઘડી તરફડ્યા. રાજાએ અને મનસાગરે રથ હાંકી મેલ્યો. ઠણણ! ઠણણ! ઠણણણણ!

આવી પહોંચ્યા કનકાપરીના પાદરમાં. જુએ ત્યાં પાદરમાં ફૂલવાડી હિલોળા લઈ રહી છે. માળી કિચૂડ! કિચૂડ! કોસ હાંકે અને ગાલે મસનાં ટીલાંવાળી ચાંપલી માલણ ભાત લઈ ચાલી આવે છે. મનસાગરે વિચાર્યું કે અજાણી ભોમકા છે, ઉતારા તો માલણને ઘેર કરીએ તો ફાવીએ.

ચાંપલી માલણ બરાબર રથને પડખેથી નીકળી એટલે મનસાગરે નિસાસો નાખ્યો, 'આ! હા! હા!'

ચાંપલી કહે: "મારા પીટ્યાઓ! તમારાં માણસો મરે! અમારી લીલી વાડીને ઝાંપે નિસાસો શીદ નાખો છો?"

મનસાગરો બોલ્યો : "અરે બાઈ! બેન! અમે નિસાસો તો એમ નાખ્યો કે અમારેય તારા જેવી બેન છે. એ પણ તારી જેમ જ મસનાં ટીલાં કરે છે. તને જોઈને અમને બહેન સાંભરી. આ લે બાપ, કાપડું!"

એમ કહીને મૂઠી એક ભરીને સોનામહોર ઠાલવી દીધી. ચાંપલીએ તો 'ભાઈ! ભાઈ!' કરતાં મીઠડાં લીધાં. ધણીનું ભાત આ બે ભાઈઓને ખવરાવ્યું અને 'પીટ્યા, મારા ભાઈઓ આવ્યા છે' એમ પોતાના ધણીને સંભળાવીને મહેમાન ભેળી ઘેર આવી. ભાઈઓને માથે તો અનોધાં હેત ઢોળવા મંડી.

મનસાગરો પૂછે છે: "હેં બેન! શું ધંધો કરો છો?"

“ભાઈ! રાજાની કુંવરી પદમાવંતી છે.

પદમાવંતી શંકરની પૂજા કરે,
પુરુષ નામે ચોખો ન જમે,
એવાં પતિવ્રતાનાં વ્રત પાળે.

એની સારુ રોજ ફૂલની છાબ લઈ જાઉં છું.”

“કાંઈ આલે ખરાં?”

“ના માડી! વાડીમાં બકાલું કરી ખાઈએ. રાજભાગ ન લ્યે. દરબારમાં વીવા-વાજમ હોય તો ખીચડો જમીએ.”

"અરે બેન! અમારા મલકમાં તો માળીની છાબ ખાલી ન જાય. લે, અમે તને આજ એવી કરામત કરી દઈએ કે તારો રોટલો વધે.”

માલણ તો ફૂલડાં લાવી, તેને ગૂંથીને મનસાગરે ત્રણ પોશાક બનાવ્યા : ઓઢણી, ચણિયો અને કાંચળી. અંદર અક્કલ કામ ન કરે એવી નવરંગી ગૂંથણી કરી, અંદર કાગળની કટકી સંતાડી. ચાંપલી તો હરખનાં ડગલાં માંડતી છાબડી લઈને રાજમહેલે ઊપડી.

પદમાવંતી બેઠી છે. સવા સવા વાંભની વેણીની લટો મોકળી મૂકી દીધી છે. કપાળે કેસર-કંકુની આડ્ય તાણી છે. અને -

નમો શંકરા ઇસરા માય બાપા!
તુંજાં નામ લેતાં ઘટે કોટિ પાપા!

- એવા જાપ જપી રહી છે. ત્યાં છાબ આવી. દોથો ભરીને કુંવરીએ ફૂલ મહાદેવને ચડાવ્યાં. પોતે ફૂલનો પોશાક ધારણ કર્યો અને અંદરથી ચિઠ્ઠી નીચે પડી તે ઉપાડીને વાંચી -

પાંચ દીઓળા પરસાળ,
એક નર દો ઘોડા હાથ,
એક નર નહિ ગંધ્રવ જસો
એ આવ્યા, એને ઉત્તર કસો!

વાંચીને પદમાવંતીનું હૈયું હાંફવા મંડ્યું. સમજી કે જેની વાટ જોતી હતી એ પરોણા આવી પહોંચ્યા.

હવે જવાબ શી રીતે કહેવડાવવો? આ ચાંપલી ઓછું પાત્ર છે. જાણી જશે તો બદનામ કરશે. માટે એ બીવે અને ઓલ્યા સમજી જાય એવી સમસ્યા કરું.

થાળમાં કંકુ-કેસરના થાપા ભરીને કુંવરીએ ચાંપલીને બેય હાથે અડબોત મારી. કંકુના આંગળાં છપાઈ ગયાં. ચાંપલી રોતી રોતી ઘેર આવીને કકળી ઊઠી: "ચૂલામાં જાય તમારી કરામત, પીટ્યાઓ!"

રાજા બોલ્યાં કે "મનસાગરા, મંડો ભાગવા. આ તો આપણે ઘર ભૂલ્યા." મનસાગરે તો ચાંપલીને મૂઠી ભરીને સોનામહોર દીધી. એટલે ચાંપલી પાછી રાજી રાજી થઈ ગઈ.

રાજા પણ છક થઈ ગયો: "અરે મનસાગરા, આપણને ઘાણીમાં ઘાલી તેલ કાઢશે હો!"

મનસાગરો કહે: "મહારાજ, સવામણની તળાઈમાં સૂઈ રહો. તમારું રૂંવાડુંય ફરકે નહીં. કાલ પદમાવતી સાથે તમારો હથેવાળો થાય. પછી શું? આમ જુઓ સમસ્યા."

રાજાએ કંકુનાં આંગળાંની છાપ ચાંપલીને ગાલે જોઈ. કંકુનો મર્મ રાજાને સમજાયો.

રાજકુંવરીએ માવતરને સંદેશા મોકલ્યા કે 'મારો સ્વયંવર આદરો.' આજ આટલે આટલે વરસે દીકરીએ પરણવાની હા પાડી તેથી રાજારાણીએ તો તાબડતોબ તૈયારી કરી. સ્વયંવર રચાણો. અલકમલકના રાજા આવ્યા. પદમાવતીએ તો રાજા મગરપ્રતાપને વરમાળા આરોપી.

હાથી, ઘોડા, મ્યાના અને વેલ્યોની પહેરામણી લઈને પદમાવતી પોતાના ભરથાર સાથે પાંચાળમાં સિધાવ્યાં.

રસ્તે નારંગીના તંબૂ જેવો એક લેલુંબ વડલો આવ્યો. એ વડલાને છાંયડે રાજાના રસાલાએ રાતવાસો રહેવા મુકામ નાખ્યા. રાવટીમાં રાજા અને રાણી પોઢ્યાં છે અને મનસાગરો બેઠો બેઠો ઉઘાડી તરવારે પોતાના ધણીની ચોકી કરે છે.

અધરાતનો ગજર ભાંગ્યો છે. મનસાગરો ચંદ્રમાના ઝોકાર અજવાળાં જોતો જોતો જાગે છે. તે વખતે વડલાની ઘટામાં બે પંખીએ વાતો કરવા માંડી -

'અરે હે ગરુડ પંખણી!'

'શું કહો છો ગરુડ પંખી?'

'આપણે આંગણે આજ રાજારાણી મહેમાન છે, પણ આવતી કાલે એનું રાજ રાંડી પડશે!'

કે' 'કેમ?'

કે' 'આ રાજાને માથે આવતી કાલ્ય છ ઘાતો છે.'

કે' 'કઈ કઈ?'

'આંહીંથી રથ જોડીને હાલશે, એટલે એને માથે આ વડલાની ડાળ ફસકીને ત્રાટકશે અને રાજારાણીને કચરી નાખશે.'

'એમાંથી એને કોઈ ન બચાવે?'

'હા, કોઈ બીજે માર્ગેથી રથ હાંકી જાય તો રાજા-રાણી બચે. પણ થોડે જાશે ત્યાં બે ડુંગરા આવશે. જીવતું જાનવર વચ્ચે થઈને નીકળે કે તરત એ ડુંગરા સામસામેથી દોડીને ભટકાય છે. ત્યાં આ રાજા અને રાણી છુંદાઈ જશે.'

'એમાંથી બચે તો?'

'તો રસ્તામાં હીરાજડિત સોનાનો વેઢ પડ્યો હશે, તેમાં રાજાનો જીવ લલચાશે; લેવા જાશે કે તરત તંબોળિયો નાગ થઈને ફટકાવશે.'

'એમાંથી બચે તો?'

'તો ગામનો દરવાજો માથે પડશે.'

'એમાંથી બચે તો?'

'તો છેલ્લામાં છેલ્લી ઘાત રાતે આવશે. રાજા-રાણી બેય પહેલા પો'રની મીઠી નીંદરમાં પડ્યાં હશે તે વખતે એક કાળી નાગણી છાપરામાંથી નીકળશે, એના મોંમાંથી ઝેરનું ટીપું બરાબર એ સૂતેલી રાણીનાં ગાલ ઉપર પડશે. રાજા જાગીને ગાલ ઉપર બચ્ચી લેતાં જ ઝેર એના પેટમાં જાશે. પલકમાં એના પ્રાણ નીકળી જાશે.'

'પણ હે ગરુડ પંખણી! આ વાત જો કોઈ સાંભળીને કોઈ બીજાને મોંએ કરે તો એ કહેનાર માનવી પથરો બની જાય હો!'

એટલી વાત કરી પંખી પોઢી ગયાં.

મનસાગરાએ આ વાત કાનોકાન સાંભળી. પંખીની વાચા ઉકેલતાં એને આવડતું હતું. એના મનમાં થયું કે અહાહાહા! આટલે આવીને હું શું મારા ધણીને મરવા દઉં!

સવારે રસાલો ઊપડ્યો. મનસાગરે પોતાની સાથે એક પોપટ ઝાલી લઈ લીધો. વડલાની જે ડાળ પડવાની હતી તેની હેઠળથી રથ ન હાંક્યો અને બીજે લાંબે મારગે આંટો ખવરાવ્યો.

રાજા કહે : "આમ કેમ?"

મનસાગરો બોલ્યો કે "બસ, અમારી મરજી!" આવો જવાબ સાંભળીને રાજાને ખોટું લાગ્યું.

બરાબર બે ડુંગરા પાસે આવી પહોચ્યા. પાસે જઈને મનસાગરે પોપટને ઉડાડ્યો. બેય ડુંગરા પોપટને કચરવા દોડ્યા. ભટકાઈને પાછા વળ્યા, એટલે સડેડાટ રાજાના રથને મનસાગરે ઓળંગાવી દીધો.

રાજાએ આ કૌતુકનું કારણ પૂછ્યું. મનસાગરો મૂંગો રહ્યો. રાજાને વધુ દુઃખ લાગ્યું : આ મારી સામે કોણ જાણે કેવાંયે કારસ્તાન કરી રહ્યો હશે! ઓહોહો! વાણિયાનાં પેટ આવડાં બધાં ઊંડાં!

રાજાએ તો મનસાગરાની સાથે જાણે અબોલા આદર્યા. તોય મનસાગરાના અંતરમાં કાંઈ દુઃખધોખો નથી. એ તો રાજાના રથના મોઢા આગળ પોતાનો ઘોડો મૂંગો મૂંગો હાંક્યે જાય છે.

ત્યાં તો સૂરજનાં કિરણોમાં ઝળળક! ઝળળક! ઝળળક! થતો વેઢ રસ્તે પડેલો છે. મનસાગરો ચેતી ગયો કે હાં! આ જ પેલા ગરુડપંખીએ કહેલો વેઢ. રાજાની નજર ચુકાવવા એણે પોતાના ઘોડાને વેઢ આડો ઊભો રાખ્યો. પણ ભાતભાતના રંગે ઝબૂકતો વેઢ એમ કેમ અછતો રહે? જાણે એમાં તો નીલમ, માણેક અને પદમ જડ્યાં હોય ને!

"એ... એ ઓલ્યો વેઢ!" રાજાએ રથમાંથી બૂમ પાડી. "કોઈ પદ્મણીના હાથમાંથી પડી ગયો લાગે છે," એમ કહીને રાજા લેવા દોડ્યો. મનસાગરે જાણ્યું કે હમણાં રાજાનો પ્રાણ જાશે. એટલે રાજા પહોંચે તે પહેલાં તો મનસાગરે વેઢને પોતાના ભાલાની અણીએ ચડાવીને આઘે ફગાવી દીધો. ફુંફાડા મારતો તંબોળિયો થઈને વેઢ ચાલ્યો ગયો. પણ રાજાએ તો એવું કાંઈ જોયું નહિ. એને તો રૂંવે રૂંવે ઝાળ થઈ. ખિજાઈને એણે પૂછ્યું: "મનસાગરા! મારો વેઢ કેમ ફગાવી દીધો?"

"બસ! અમારી મરજી!"

સાચું કારણ તો મનસાગરો કેમ કરીને કહે? કહે તો પથરો બની જાય. અને હજુ તો રાજાને માથે ત્રણ ઘાત બાકી રહી હતી. મનસાગરો અબોલ રહ્યો. રાજાએ રોષે ભરાઈને દાંત ભીંસ્યા.

આગળ ચાલ્યા, રાજધાનીનું પાદર આવી પહોંચ્યું. નગરમાંથી સાત વીસ સામંતો સામૈયું લઈને આવ્યા છે; ગામની બહેન-દીકરીઓ રાજારાણીને કંકુના ચાંદલા કરીને મીઠડાં લેવા મંડી છે. શરણાઈઓના ગળતા મધુરા સૂર ગાજી રહ્યા છે. દેવળે દેવળે નોબતો ગડેડે છે. કોટને કાંગરે કાંગરે ઘીના દીવા બળે છે. એવી રોશની અને રંગની છોળો મચી રહી છે, ત્યારે મનસાગરો ક્યાં ઊભો છે ?

મનસાગરો આ કલ્લોલમાં ભળતો નથી. એના મોં પર ચિંતાનું વાદળું ઝળુંબે છે. એ તો ઊભો છે સામૈયાના ઘોડાની વાટ જોતો. જરિયાની સરંજામમાં શોભતો ઘોડો પોતાની ઝગમગતી ઝૂલડીઓ ફરફરાવતો, હીરનાં ફૂમકાં ડોલાવતો, ઝાંઝરિયાળા પગ માંડીને રૂમઝૂમ રૂમઝૂમ નાચ કરતો કરતો, કેમ જાણે સૂરજના રથના સાત ઘોડા માહ્યલો એક હોય ને, એમ હાલ્યો આવે છે. કપાળ ઉપર માણેક-લટ ઝપાટા ખાઈ રહી છે.

'એ મારો દેવમુનિ આવે! મારો કલેજાનો કટકો આવે! મારો આતમરામ આવે!' એમ રાજાએ હરખના બોલ કાઢ્યા. ઘણા મહિનાના વિજોગી ઘોડાએ સામી હેતની હાવળ દીધી. રાજા સામો દોડ્યો. પણ હજુ રાજા પહોંચવા જાય છે ત્યાં તો ધડ દેતી મનસાગરાની તરવાર ઘોડાની ગરદન ઉપર પડી. ડોકું ધડથી નોખું જઈ પડ્યું. અને તરફડ! તરફડ! ઘોડો ટાંટિયા પછાડવા લાગ્યો.

પછી તો રાજાના કોપનો કાંઈ પાર રહે? રાજાનાં નાખોરાં ફૂલી ગયાં, હોઠ ધ્રૂજી ઊઠ્યા, કાયા કંપવા લાગી, રૂંવાડેરૂંવાડું બેઠું થઈ ગયું, ચહેરો તો ધમેલ ત્રાંબા જેવો લાલઘૂમ! મારું કે મરું! મારું કે મરું! મારું કે મરું!

રાજાએ તરવાર ખેંચી. હમણાં માર્યો કે મારશે!

પણ મનસાગરો? મનસાગરો તો માથું ઢાળીને હાથ જોડી ઊભો છે. કાંઈ બોલે કે કાંઈ ચાલે. એની આંખમાંથી તો અમી ઝરે છે.

ત્યાં તો સાત વીસ સામંતો દોડ્યા આવ્યા. રાજાજીના હાથ ઝાલી લીધા. તલવાર આંચકી લીધી. મહારાજ! ધીરા પડો. ક્ષમા કરો. સાહસ કર્યે કદાચને વાંસેથી વિમાસણ થાય.

સામૈયું તો હજી સાબદું થાય છે, રાજા ટાઢા પડીને સહુને હળેમળે છે, રાજકુટુંબના સુખસમાચાર સાંભળે છે. ત્યાં તો મનસાગરો સરકી ગયો. દરવાજે જઈ હુકમ દીધો કે "દરવાણી, દરવાજો પાડી નાખો."

દરવાણી ચમકીને બોલ્યો કે "મહારાજ, આ શું? પરણીને આવતા રાજાનું અપશુકન થાય?"

“પાડી નાખો દરવાજો, નીકર માથું વાઢી લઉં છું.” એવી મનસાગરે ત્રાડ નાખી. દરવાણી બિચારો શું કરે? ચિઠ્ઠીનો ચાકર! પ્રધાનજીનો હુકમ! પચાસ મજૂરો વળગાડીને દરવાજો પાડી નખાવ્યો.

બોલાવો માળીને! માળી આવ્યા. “દરવાજે ફૂલની કમાન ગૂંથી કાઢો - વાર લાગે નહિ હો!”

પથ્થરની કમાનને ઠેકાણે ફૂલની કમાન ગૂંથાઈ ગઈ. ગાજતે વાજતે સામૈયું આવ્યું. રાજાજી જોઈ રહ્યા કે દરવાજાને કમાનની કાંકરી યે ન મળે!

કે' “આ કોણે કર્યું?”

કે' “મહારાજ, મનસાગરે પ્રધાને!”

હાય! હાય! હાય! હાય! આવું અપશુકન! ક્યારે સવાર પડે ને કાળો ઘોડો અને કાળો પોશાક આપીને મનસાગરાને દેશવટે મોકલી દઉં.

ત્યાં તો દરવાજામાંથી રાજાનો રથ નીકળ્યો. અને ઉપરથી ખ ર ર ર! ફૂલની કમાન પડી. રાજાના રથમાં તો ફૂલ! ફૂલ! રાજા-રાણી ફૂલમાં ઢંકાઈ ગયાં.

રાજાને થયું કે 'હાં! હરામી રાણીને રીઝવતો લાગે છે!"

રાણીએ બત્રીસ જાતનાં ભોજન અને તેત્રીસ જાતનાં શાક બનાવ્યાં. રાજા જમવા બેઠા. માનસરોવરનો હંસલો મોતી ચરે એમ રાજાએ અનાજના ત્રણ ત્રણ નવાલા લીધા. સામસામા કોળિયા દેતાં રાજારાણી રંગે ચંગે જમી ઊઠ્યાં. રાતનો પહોર સોનાને સોગઠે અને હીરાજડિત ચોપાટ ખેલ્યાં. ફૂલડાંની સેજમાં પોઢી ગયાં. મુસાફરીના થાકથી મીઠી નીંદર આવી ગઈ.

બિલોરી કાચમાં ચૂવાના તેલના દીવડા બળે છે. દીવા જાણે કે રાજારાણીના ગુલાબી મોં ઉપર મીટ માંડી માંડીને હસી રહ્યા છે.

દેવડીની ઝાલરમાં બરાબર બારના ડંકા પડ્યા અને પહેરેગીરે 'ખેરિયાત' પોકારી. એ વખતે રાજમહેલની પાછળ આવીને મનસાગરો ઊભો રહ્યો. એના હાથમાં ચંદનઘો હતી. એણે દીવાલ ઉપર ચંદનઘોનો ઘા કર્યો. મહેલની દીવાલે ચંદનઘો એવી તો ચોંટી ગઈ કે જાણે લોઢાનો ખીલો માર્યો હોય ને! પછી ચંદનઘોને જે દોરી બાંધી હતી તે ઝાલીને મનસાગરો ઉપર ચડ્યો. પાછલી દીવાલેથી રાજાજીનાં ઓરડામાં દાખલ થયો. હાથમાં ઉઘાડી તરવાર છે. અંગ ઉપર અંધારપછેડો ઓઢેલો છે. લપાઈને ઓરડાના ખૂણામાં સંતાઈ રહ્યો. એની નજર ઊંચે છાપરા પર ચોંટી છે.

ત્યાં તો ફૂં ફૂં ફૂં ફૂંકારા સંભળાણા. કાળી નાગણી આડસર ઉપરથી નીકળી. ટપક! ટપક! ટપક! ઝેરનાં ત્રણ ટીપાં નાગણીની ફેણમાંથી ટપક્યાં. બરાબર રાણીના ગાલ ઉપર લી...લું કાચ ઝેર ટપકી પડ્યું.

અંધારપછેડાવાળો મનસાગરો હળવાં હળવાં પગલાં ભરતો ભરતો પલંગ પાસે આવ્યો. ઓશીકે ઊભા રહીને એણે ડોકું નમાવ્યું; નમાવ્યું, નમાવ્યું,

નમાવ્યું, તે ઠેઠ રાણીના ગાલ ઉપર હોઠ અડ્યા. લબરકો લઈને ઝેરનાં લીલાં ટીપાં એણે ચાટી લીધાં. પાણીની ઝારીમાંથી કોગળો કર્યો. ત્યાં તો 'વોય!' કરતી રાણી જાગી.

"કોણ છે!" કરતો રાજા ઝબક્યો.

"કોઈક ચોર! કોઈકે મારે ગાલે ચૂમી ભરી!" રાણી થરથરતી બોલી. એનો સાદ ફાટી ગયો.

"ઊભો રે પાપિયા!" કહેતા રાજાએ છલાંગ મારી. જુએ ત્યાં તો મનસાગરો! હાથ જોડીને ગરીબ ગાય જેવો ઊભો છે.

"પાપિયા!" રાજાએ ત્રાડ દીધી. "એટલા માટે આ બધી રમતો કરતો હતો? મારી રાણી ઉપર તારી કૂડી નજર!"

રાજાએ તો ખડગ ખેંચ્યું. રાણી થડક થઈ ગઈ. મનસાગરે માથું નમાવ્યું. બોલ્યો: "મહારાજ! જોજો હો, વાંસેથી વિમાસણ ન થાય."

"તો બોલ, આ કારસ્તાન સમજાવ!"

"સમજાવવામાં કાંઈ સાર નથી."

"બોલ. નીકર ઘા કરું છું."

"ભલે! બોલીશ. માથે કાળી ટીલી લઈને મરું તેના કરતાં તો ભેદ ખોલીને જ કાં ન મરવું?"

એમ વિચારીને મનસાગરે વડલાવાળા ગરુડ પંખી અને ગરુડ પંખણીની વાત માંડી. રાજા ને રાણી બેય સાંભળી રહ્યાં. વડલાની ડાળની વાત વર્ણવી, ત્યાં તો મનસાગરાના પગ ગોઠણ સુધી પથ્થર થઈ ગયા.

"રાજાજી, રહેવા દ્યો. જુઓ મારા પગ પથરા બનવા મંડ્યા છે!"

"નહિ. તું દગાબાજ છો. બોલ!"

મનસાગરે જ્યાં ડુંગરાની વાત કહી દેખાડી ત્યાં તો કમર સુધીની કાયા પથરો બની ગઈ.

"રાજાજી! હજી કહું છું રહેવા દ્યો!" પણ રાજા તે કાંઈ માને!

વેઢલાની વાત પૂરી થઈ ત્યાં પેટનો ભાગ પથ્થર!

ઘોડાની વાત કહેતાં છાતી સુધી પાણો થઈ ગયો. એકલું ડોકું જ જીવે છે. અવાજ બેસી ગયો. જાણે કોઈ ઊંડી ગુફામાંથી બોલતું હોય એવો ધીરો અવાજ આવવા માંડ્યો: "રાજાજી, હવે કે'વરાવો મા!" પણ રાજાની ભ્રમણા હજુ ભાંગી નહોતી. મનસાગરો એને જાદુગર લાગતો હતો. એણે કહ્યું: "આગળ ચલાવ."

મનસાગરે દરવાજાની કમાન તોડવાનો ખુલાસો કર્યો. ત્યાં તો દાઢી સુધી પથ્થર બની ગયો. જીભ ઝલાવા માંડી.

"બોલ, છેલ્લો ભેદ ખોલી દે."

"હે રાજા! હું ઘડી બે ઘડીનો મહેમાન છું. આજ તો મારો કોઈ ગુણ તારે હૈયે નહિ વસે. પણ આગળ ઉપર કોઈક દી જો મનસાગરો સાંભરે તો તારા પહેલા ખોળાના દીકરાનું લોહી આ પથરા પર છાંટજે."

"મારે એ કાંઈ નથી સાંભળવું. મને તારા છેલ્લા પાપની વાત કહી બતાવ."

મનસાગરે નાગણીની વાત કરી. એની આંખોમાંથી આંસુડાં ચાલ્યાં જાય છે. હાથ જોડાય તેમ નથી. રાણીની સામે એણે તગ તગ નજર કરી. "બેન! બે...ન!"

એટલું બોલતાં તો એ માથા સુધી પથ્થર બની ગયો.

સવાર પડી ગયું છે. સૂરજનું અજવાળું થવા આવ્યું છે. ઘડી એક પહેલાં બોલતો ચાલતો માનવી પથ્થરનું પૂતળું બનીને ઊભો છે. એની આંખનું

છેલ્લું આંસુડુંયે પથરારૂપે થીજી ગયું છે. સામે રાજારાણી પણ થંભી ગયાં છે.

"અરરર! અમારે માથેથી છ છ ઘાત ઉતારનાર મનસાગરાની અમે આવી દશા કરી? છેવટ સુધી એનું કહ્યું માન્યું જ નહિ!'

"મનસાગરા! ભાઈ, મનસાગરા! એક હોંકારો તો દે?" એવું બોલતો રાજા પથરાને ગળે બાઝી પડ્યો.

એ ઓરડામાંથી રાજાએ પોતાની પથારી ફેરવી નાખી છે. ત્યાં મનસાગરાનું મંદિર બનાવ્યું છે. સાંજ-સવાર ત્યાં ધૂપ દીવા થાય છે, સિંદોર ચડે છે, ફૂલ ચડે છે, નિવેદ ધરાય છે. કોઈ વાર રાજા મૂંઝાય છે ત્યારે મનસાગરાના પૂતળાને ગળે બાઝીને ચોધાર આંસુડે રોઈ આવે છે.

એમ કરતાં રાણી પદમાવંતીને નવમે મહિને સોળે કળાના ચંદ્રમા જેવો દીકરો અવતર્યો. દીકરાને મનસાગરાના ચરણમાં પગે લગાડ્યો. પણ દીકરાનું લોહી છાંટવાની છાતી હાલી નહિ. એમ કરતાં કરતાં વાત વીસરાઈ ગઈ.

દીકરો મોટો થયો. રમવા જાવું ગમે નહિ. આવીને મનસાગરાના ઓરડામાં બેસે. બેઠો બેઠો રમે.

એકવાર કુંવર શેરડી ખાય છે. ખાતાં ખાતાં ટચલી આંગળીએ છોતો વાગ્યો. લોહીનાં ટીપાં દડ દડ દડ દડી પડ્યાં. જ્યાં કુંવર મનસાગરાના પૂતળા ઉપર લોહી લૂછવા જાય, ત્યાં તો ઓહો! આ શું? પથરો જીવતો થયો! મનસાગરે કુંવરને તેડીને બથમાં લીધો. બચી કરવા મંડ્યો. બેય જણાની વાતો ચાલી.

અરે! આ બે માનવી વાતો કોણ કરે છે? રાણીજી દોડ્યા આવ્યાં.

"માડી રે! ભૂત! ભૂત! ભૂત!"

"બહેન! હું ભૂત નથી. બીશો નહિ! હું મનસાગરો.... કુંવરનું લોહી અડવાથી સજીવન થયો છું."

રાજાજી દોડ્યા. "મારો મનસાગરો! મારો ભાઈ! મારો બાપ!" બોલી બાઝી પડ્યા. બેય ભાઈબંધોને હેતનાં ને પસ્તાવાનાં આંસુડાં આવ્યાં.

નગરીમાં તે દિવસે ધામધૂમ જામી, ઘેરે ઘેરે લાપસીનાં આંધણ મુકાણાં.

૨. સિંહાસન

ધારા નગરીને માથે પરદુ:ખભંજન રાજા ભોજનાં રાજ ચાલે છે. ભેરવોનાં માથાં ભાંગે એવો ચોગરદમ ફરતો ગઢ છે. ચાર દિશાએ ચાર દરવાજા : ચોરાશી બજાર : ચોપન ચૌટાં : લખપતિઓની હવેલીઓનાં ઈંડાં આભમાં અડે છે. ચારે પહોર ચોઘડિયાં વાગે છે. સાંજરે મશાલો થાય છે. અને ઉજેણીમાં તો કોઈ દુ:ખિયું ન જડે.

એક સમે રાજા ભોજે આજ્ઞા કરી કે "બધસાગરા, આપણે અલક મલક તો જોયો, પણ હવે મારે ઓતરાખંડ જોવો છે."

"ખમા ઉજેણીના ધણીને જેવી મહારાજની મરજી!" એટલું બોલીને બધસાગરે બે પાણીપંથા ઘોડાને માથે પીતળિયાં પલાણ માંડ્યાં. હથિયાર પડિયાર બાંધીને રાજા-પ્રધાન હાલી નીકળ્યા. હાલતાં હાલતાં ઉજેણીના સીમાડા વળોટવા જાય છે ત્યાં આઘેથી એક કઠિયારે સાદ દીધો કે "એ ભાઈ, મારે માથે ભારો ચડાવશો?"

"બધસાગરા! કોઈક દુખિયારો ડોસો : માથે ભારો ચડી શકતો નથી. હાલો એને મદદ કરીએ."

એમ બોલી રાજા પાસે ગયા. જુએ ત્યાં છાંટો ય લોહી ગોત્યું ન જડે એવો બ્રાહ્મણ : અસલ હાડપિંજર જોઈ લ્યો! મોઢે માખીઓ બણબણે છે. નાકે લીંટ જાય છે. ખભે વરતડીના કટકા જેવી જનોઈ ધબેડી છે. એવા બ્રાહ્મણને જોઈને રાજા બોલ્યા :

"અરે હે ગોર દેવતા! આવી દશા?"

"ખમા બાણું લાખ માળવાના ધણી! છું તો બ્રાહ્મણ, પણ આ તારી ઉજેણીમાં

નવાનગરને નમો! નમો!
શેરીએ શેરીએ ભમો ભમો!
કોઈ કે'નૈ કે જમો જમો!

- એવા હાલ છે. ઘરની ગોરાણી ગાળ્યું દઈને ભળકડે તાંબડી પકડાવી લોટે ધકેલતી. દીવા ટાણે પાછો વળતો. પણ ઘરે કળશી એક છોકરાં કિયાંવિયાં કરતાં મને પીંખી નાખતાં : બે રોટલાનોયે લોટ નહોતો થતો."

"અરે ધિક્કાર! ધિક્કાર! ધિક્કાર! બ્રાહ્મણનો દીકરો : ખભે જનોઈ પડી છે, તોયે લાકડાં વાઢવાં પડે! બિચારો વેદ-ભાગવત ક્યારે વાંચે? સંધ્યા-પૂજા ક્યારે કરે? લ્યો મહારાજ! સવા લાખ રૂપિયાની આ ચિઠ્ઠી. અમારે ખજાનેથી લઈ આવજો; કહો સ્વસ્તિ."

"સ્વસમ્! હે રાજા, સ્વસમ્!"

"મહારાજ, અરધી સ્વસ્તિ કાં કહી?"

"હે રાજા, સવા લાખ રૂપિયા તો કોઈક અડબોત મારીને આચંકી જાશે. તે ટાણે તમને ક્યાં ગોતવા આવું? જમીનનો એક કટકો આપો તો મજૂરી કરીને ગદર્યે જાશું."

ત્યાં એક વાડી હતી. ત્રાંબાનું પતરું મંગાવી ત્યાં ને ત્યાં પેઢી દર પેઢીના દસ્તાવેજ લખી આપ્યા. ન પાળે તેને માથે ચાર હત્યા લખી. બ્રાહ્મણનાં દળદર દરિયાને સામે કાંઠે નાખી દીધાં. કડડડ! ધૂબ! ભારો ભોંય પર નાખીને 'સ્વસ્તિ! હે રાજા, સાત સાત સ્વસ્તિ!" કહેતો બ્રાહ્મણ ચાલ્યો ગયો.

ડણણણ....ણ કરતાં ઘોડાં હાંકતા રાજા અને બધસાગરો હાલી નીકળ્યા. મુલક પછી મુલક જોવા મંડ્યા. જ્યાં હાથીને ગળી જાય એવાં મોટાં ગરજાં થાય છે : જ્યાં સૂરજ સામી હાંડલી ધરતાં જ ફસ ફસ કરતાં ધાન ચડી જાય છે : જ્યાં માનવીની કાયા ઉપર રીંછડાંના જેવા વાળ ઊગે છે : જ્યાં

નર અને નારી બેયનાં શરીર જોડેલાં જ અવતરે છે : જ્યાં ઢોલને ઢમકે પાણી નીકળે છે : એવી એવી ભાતભાતની ભોમકામાં દેશાટન કરીને બરાબર વરસ દિવસે રાજા ને પ્રધાન પાછા ઘર દીમના વહેતા થયા.

ચોમાસું ઊતરીને આસો મહિનો બેઠો છે. કેડાને કાંઠે એક ખેતર ઊભું છે. માંહી અસવાર સોતાં ઘોડાં પણ ગેબ થઈ જાય એવા લીલુડા મોલ ઝોલે ચડ્યા છે, અને ઊભા ડૂંડાં ફાકી જાય એવો બાજરો લચકી પડ્યો છે. ખેતરની વચાળે મેડો છે અને મેડા ઉપર એક આદમી ઊભો ઊભો હાથમાં ગોફણ લઈને 'હો! હો!' કરતો વૈયાં ઉડાડે છે. એ જોઈને રાજાએ પૂછ્યું: "અરે હે બધસાગરા, આવું ખેતર કોનું? પોર તો આંહીં બોરડીનાં ઝાળાં ઊભાં'તાં ને!"

"મહારાજ! આ ખેતર તો ઓલ્યા બામણને કૃષ્ણાર્પણ કર્યું હતું તે."

ત્યાં તો 'ઊભા રહેજો! એ મહારાજ! ઊભા રહેજો! જાય એને બ્રહ્મહત્યા! ગૌહત્યા! ચાર હત્યા!' એવા સાદ પાડીને મેડે ઊભેલો માટી બોલાવવા મંડ્યો. જઈને જુએ ત્યાં તો વરતડીના કટકા જેવી જનોઈ ધબેડી છે, ધડાકામાન તુંબડું કાખમાં રહી ગયું છે, હાથમાં જતરડો છે, અને હો! હો! કરીને વૈયાં હોકારતો બામણ ઊભો છે. દોડીને બામણ બોલ્યો કે "હે મહારાજ,પાંચ ડૂંડાં પોંકનાં લેતા જાવ."

રાજા કહે: "ગોર! અમારે તો દીધાં દાન રુધિર જેવાં."

"તો હું કપાળી કરું. માથું ફોડું."

બધસાગરો કહે: "મહારાજ, આપણે સપાઈ સપરાને આપી દેશું. પણ બામણનું વેણ રાખો."

મેડેથી ઊતરીને બામણ ખેતરમાં જાય છે. એક હાથમાં દાતરડું રાખીને બીજે હાથે એક ડૂંડું ઝાલી માથું હલાવે છે. મનમાં વિચાર કરે છે કે

'ઓહોહોહો! આ ડૂંડું તો સારા ખેતરનું સરદાર! આના ઉપર દાતરડું શે હાલે!'

બીજું ડૂંડું હાથમાં લીધું. માથું હલાવી મનમાં બોલ્યો: 'ઓહોહોહો! આ તો ઓલ્યા ડૂંડાનું જ ભાઈ! વાઢતાં જીવ શે હાલે!'

રાજા પાસે આવીને બામણે માથું ખંજવાળતાં ખંજવાળતાં કહ્યું : "મહારાજ! આણીકોર લોંઠિયાં લાણી ગ્યાં, ઢોર ખાઇ ગ્યાં, બગલાં ચણી ગ્યાં! તમને અલાય એવું એકેય એવું એકેય ડૂંડું હાથ આવતું નથી."

મોઢું મલકાવીને રાજા પ્રધાન ચાલતા થયા. વળી પાછો બામણ મેડે ચડ્યો. અને મેડે ચડતાં વાર જ એણે હાકલા માંડ્યા કે 'પાછા વળો મહારાજ! પાછા વળો, ચાર હત્યા છે તમને. પોંક લેતા જાઓ.'

વળી પાછા રાજા બામણની પાસે આવ્યા એટલે બામણ કહે: "મહારાજ ઊભા રો.' આથમણી દશ્યે ડૂંડાં ઊભા છે એમાંથી વાઢી દઉં."

એમ કહીને બામણે દાતરડું ઝાલ્યું. આથમણી બાજુએ ડૂંડાં વાઢવા ઊતર્યો. એક પછી એક ડૂંડું હલાવીને નિસાસો નાખ્યો કે,'ઓહોહો! આ તો સારા ખેતરનું સરદાર ડૂંડું! આ વળી એનું જ ભાઈ! શે વઢાય?'

આવીને વળી પાછો ગરીબડો થઈ બોલવા મંડ્યો: "મહારાજ! ઈ પડખેય લોંઠિયાં લણી ગ્યાં, ઢોર ચરી ગ્યાં, તમને અલાય એવું એકેય ડૂંડું જ ન મળે, બાપજી!"

મોં મલકાવીને રાજા ભોજ હાલી નીકળ્યા, ત્યાં તો મેડે ચડીને બામણ બૂમ પાડે છે કે "પાછા વળો, લેતા જાઓ, ચાર હત્યાનાં પાપ!"

રાજા પૂછે કે "અરે બધસાગરા! આ તે શી સમસ્યા! બામણ મેડે ચડે છે ત્યાં સમદરપેટો બની જાય છે અને હેઠે ઊતરે છે ત્યાં જીવ વાઘરીવાડે વહ્યો જાય છે : એ વાતનો કાંઈ મરમ જાણ્યો?"

"મહારાજ! એ તો જગ્યા-બદલો!" હસીને બધસાગરે જવાબ વાળ્યો.

" એટલે શું?"

હે રાજાજી, એ તો જગ્યા જગ્યાના પ્રભાવ સમજવા. જે ઠેકાણે બામણનો મેડો ઊભો છે, તે ઠેકાણે ધરતીમાં નક્કી માયા દાટેલી પડી હશે. અને કાં કોઈ મહાદાનેશ્વરી રાજાનું થાનક હશે, એટલે મેડે ચડતાં જ બામણનું મન મોટા રાજેશ્વર જેવું બની જાય છે, પણ નીચે ઊતરે છે ત્યાં પાછો બામણનો બામણ થાય છે."

"અને તમારું ભાખ્યું ખોટું પડે તો?"

"તો તમારી તરવાર ને મારું ડોકું."

બામણના મેડા તળેની ધરતી રાજા ભોજે ખોદાવી. ખોદે, ત્યાં તો ઠણીંગ કરતો કોદાળીનો ઘા રણકારો કરી ઊઠ્યો. બીજે ઘાએ ત્રીકમનું પાનું કોઈક કડામાં પરોવાઈ ગયું હોય એમ લાગ્યું. ચોગરદમથી ખોદે ત્યાં તો એક-બે-ત્રણ-ચાર એમ સાત ચરુ માયાના નીકળ્યા. અને તેની નીચે ખોદે ત્યાં તો જ...અ...બરું એક સિંહાસન!

સાતેય ચરુની માયા રાજા ભોજે ગરીબગુરબાંને વહેંચી દીધી, ઢોરને રોટલા નીર્યા, અને સિંહાસનને સાફસૂફ કરાવી પોતાના દરબારમાં મેલાવ્યું ત્યાં તો ઝળળળ તેજનાં પ્રતિબિંબ પડી ગયાં. ચારે ભીંતો ઉપર હીરા- માણેક-મોતીના રંગ ચીતરાઈ ગયા. સિંહાસન ફરતી બત્રીસ પૂતળીઓ ઝગમગી ઊઠી.

"આવા દેવતાઈ સિંહાસન ઉપર તો અમે જ બેસશું." એમ કહીને જે ઘડીએ રાજા ભોજે સિંહાસનના પે'લા પગથીયા ઉપર પોતાનો પગ મેલ્યો તે જ ઘડીએ 'મા! હે રાજા ભોજા! મા!' એવા ગેબી અવાજો સંભળાણા અને ઝણણણ એવા ઝણકારા કરતી બત્રીસેય પૂતળીઓએ પોતાના રૂમઝૂમતા હાથ ઊંચા કર્યાં.

'અરે! આ સિંહાસનને અમે ખોદીને બહાર કાઢ્યાં. સાફસૂફ કર્યાં, શણગાર્યાં, અને આજ માંહીથી આ માકારા કોણ કરે છે.'

ઝણણણ કરતી બત્રીસેય પૂતળીઓ નાચવા મંડી. બત્રીસેયના હોઠ ખડ! ખડ! ખડ! હસી પડ્યા.

"હે પૂતળીઓ, તમે કોણ છો? કેમ હસો છો? આ બધો શો ભેદ છે? બોલો," ઝબકીને રાજા ભોજ સિંહાસન સામો થંભી ગયો, એટલે એ વખતે -

પહેલી પૂતળી બે હાથ જોડીને ઊભી રહી. એને વાચા આવી. માનવીની વાણી કાઢીને એણે જવાબ દીધો: "હે રાજા ભોજ! અમે બત્રીસેય જણી તારા વડવા રાજા વીર વિક્રમની રાણીઓ હતી. આ સિંહાસન અમારા સ્વામીનાથનું છે. માટે હે બાપ! જો વિક્રમનાં જેવાં કામ કર્યાં હોય તો જ બેસજે; નીકર તું તપીશ નહિ."

"હે માતા! વિક્રમ રાજાનાં કામાં કેવાં હતાં! હું તો જાણતો નથી."

"સાંભળ બાપ! વિક્રમે તો વિધાતાના લેખમાંયે મેખ મારી હતી." એમ કહીને પહેલી પૂતળીએ વાર્તા માંડી.

૩. વિક્રમ અને વિધાતા

ઉજેણીનાં સુખદુઃખ તપાસવા રાજા વિક્રમ ગુપ્ત વેશે ફરે છે. ઘૂમતાં ઘૂમતાં એક ગામમાં કોઈક બ્રાહ્મણને ઘેર રાતવાસો રહેલ છે. બ્રાહ્મણીને દીકરો અવતર્યો છે. આજ છઠ્ઠા દિવસની રાત છે.

થાકીને લોથપોથ થઈ ગયેલો રાજા વિક્રમ ઓશીકે હથિયાર મેલીને જંપી ગયો છે. બાયડીને માટે જે શેરો કર્યો હતો તે ખાઈ જઈને પેટે હાથ દઈ બ્રાહ્મણ પણ ઘોંટી ગયો છે. લુહારની ધમણ ધમતી હોય એવાં એનાં નાખોરાં બોલે છે. અને ભૂખ્યે પેટે પડેલી સુવાવડી બ્રાહ્મણીની આંખો પણ મળી ગઈ છે.

બરાબર મધરાતે વિધાતા પધાર્યાં. હાથમાં કંકુનો ખડિયો, કાને મોતીની લેખણ, અને કાંખમાં આંકડા ગણવાનો કોઠો.

હળવે-હળવે-હળવે દેવી તો દાખલ થયાં. છોકરાની ખાટલી આગળ જઈ બેઠાં. ઘીનો દીવો બળે છે. વાટ સંકોરીને દેવીએ અંજવાળું વધાર્યું. બાળકની હથેળીમાં ને કપાળમાં મંડ્યાં રેખાઓ કાઢવા.

શું શું લખ્યું?

અરે રોજની પાંચ પાંચ શેર લોટની તાંબડી લખી : દાપા દક્ષિણાના દોકડા લખ્યા : કન્યા-ચોરીની કોરી લખી : ગોરપદાં ધોતિયાં લખ્યાં : એક સોળ વરસની ગોરાણી લખી : પણ જ્યાં આવરદાની રેખા તાણવા જાય, ત્યાં તો -

અરરર ! વિધાતાના હાથમાંથી કલમ પડી ગઈ. પટ દઈને દેવી ઊભાં થઈ ગયાં. દીવડો ઝાંખો પડ્યો. અને વિધાતાએ કપાળ કૂટીને પાછાં હાલવા માંડ્યું.

જ્યા ઓસરીમાં જાય ત્યાં કોઈ સૂતેલા માનવીનું શરીર ઠેબે આવ્યું. ઝબ દેતાં જાગીને એ માનવીએ વિધાતાના પગ ઝાલી લીધા. પૂછ્યું કે "કોણ છો તું? ડેણ છો? ડાકણ છો?"

વિધાતા બોલી: "હે રાજા વિક્રમ! મને જાવા દે. હું ત્રણેય લોકનાં કરમ માંડનારી વિધાતા છું."

"વિધાતા દેવી! આંહીં શા સારુ આવેલાં ?"

"બ્રાહ્મણના બાળકના છઠ્ઠીના લેખ લખવા."

"માડી, શું શું લખ્યું?"

"બાપ! કહેવરાવવું રે'વા દે."

"કહો નહિ ત્યાં સુધી ડગલુંય કેમ ભરવા દઉં? મારી ચોકી છે."

"વિક્રમ, બીજા લેખ તો રૂડા, કંકુવરણા; પણ આયખું અઢાર જ વરસનું. ભરજોબનમાં જ્યારે આ છોકરો ચોરીએ ચડી ચાર મંગળ વર્તતો હશે, તે ઘડીએ ચોથે ફેરે એને સાવજ ફાડી ખાશે."

સાંભળીને વિક્રમ તો થડક થઈ ગયો. "અરે હે વિધાત્રી! બ્રાહ્મણની દીકરીને ચોરીમાંથી જ રંડાપો મળશે? ઉગારવાનો કાંઈ ઉપાય?"

"કાંઈ ઉપાય ને કાંઈ બુપાય!" એટલું બોલીને વિધાતા તો હાલવા મંડી.

ત્યારે વિક્રમે વાંસેથી પડકાર્યું કે, "સાંભળતી જા, વિધાત્રી! આજ મારા ચોકીપહેરામાં તું ચોરી કરીને મને આશરો દેનારનું મોત લખી ગઈ છો, પણ તારાં લખ્યાં મિથ્યા કરું તે દી હા પાડજે. હું એને છાંયડે કાંઈ મફતનો નથી બેઠો."

વિધાતા તો હાલી ગઈ. સવાર પડ્યું ને વિક્રમ સાબદો થયો; શીખ લેતો લેતો કહેતો ગયો કે, "હે ગોર, દીકરાને પરણાવો ત્યારે ઉજેણીમાં કંકોતરી મોકલજો. મોસાળું લઈને હાજર થઈશ."

અઢાર વરસ તો પાંપણના પલકારા ભેળાં જ જાણે પૂરાં થઈ ગયાં. દરવાજે આવી બ્રાહ્મણ ઊભો રહ્યો.

"હે મહારાજ, કંકોતરી લઈને આવ્યો છું."

"તૈયાર છું, હે ગોર, હાજર છું. હાં, થાય નગારે ઘાવ. સેના સજ્જ કરો. ભાણેજની જાનમાં જાવું છે."

સેના ઊપડી : જાણે દરિયાનાં મોજાં હાલ્યાં.

"ખબરદાર! ઉઘાડી તરવારોના ઓઘા કરીને મંડપને વીંટી લ્યો. બંદૂકમાં ગલોલીઓ ધરબી ધરબી સળગતી જામગરીએ ગામને ઝાંપે ઊભા રહો. સાવજ આવે તો વીંધી નાખજો."

ગામમાં તો સૂ...નસાન! ઉજેણીનો રાજા એક બ્રાહ્મણના દીકરા સારુ થઈને વિધાતાના લેખમાં મેખ મારવા આવ્યો છે! આ...હા!

ઉઘાડું ખડગ ઉગામીને રાજા માંડવામાં ઊભો છે ત્યાં તો સાદ પડ્યો : 'સમો વરતે સાવધાન!'

એક ફેરો - બે ફેરા - ત્રણ ફેરા.

અરે ભાર છે કોનો? હમણે ચોથું મંગળ વર્તી જાય, એટલે વિધાતાના લેખ ખોટા!

પણ જ્યાં ચોથું મંગળ ફરવા જાય ત્યાં હુ-હુ-હુ-હુ કરતો છલંગ મારતો, પૂછડું ફરકાવતો સાવજ આવ્યો! વરરાજાની ગળકી ઝાલીને હરડિયો ચૂસી લીધો. ક્યાંથી? અરે આ કાળો ગજબ ક્યાંથી? ધરતી ફાડીને શું સાવજ નીકળ્યો?

અરે, નહિ ધરતીમાંથી કે નહિ આભમાંથી; આ તો ચોરીના માટલા ઉપર ચીતરેલો સાવજ સજીવન થયો.અંતરીક્ષમાંથી વિધાતાએ અંજળી છાંટી.

આહા! ડાલામથ્થો સાવજ! છરા જેવડા દાંત! માનવી એને ભાળીને ફાટી મરે.

વરરાજાનું ડોકું ચૂસીને પાછો સાવજ માટલા- ચિતરામણમાં સમાઈ ગયો.

વિક્રમ તો ઠીંકરા જેવો ! વાઢો તો છાંટો લોહી ન નીકળે. ધરતી માતા મારગ આપે તો સમાઈ જાઉં! એવો ઝંખવાણો પડી ગયો.

"ફિકર નહિ. રોશો મા ભાઈઓ, છાંટોય પાણી પાડશો મા. હે વરના બાપ! તારા દીકરાને છ મહિના મૂઓ મ સમજજે. અને હે વહુના બાપ! તારી દીકરીને છ મહિના રંડાપો મ સમજજે. છ મહિનાની અવધિ માંગું છું. અમીનો કૂંપો લઈને આવું છું. નીકર ઉજેણીનું રાજ ન ખપે. મડદાની અંદર મસાલો ભરી રાખીને એની આગળ અખંડ ધૂપ-દીવા બાળજો, છ મહિનાની વાટ જોજો, ઠાલે હાથે આવીશ તો તારા છોકરાની ભેળો જ હું ચિતામાં સળગી મરીશ."

એટલી ભલામણ દઈને વિક્રમે ઘોડો દોટાવી મૂક્યો. જાતાં, જાતાં, બાર ચોકું અડતાલીસ ગાઉનું જંગલ આવ્યું. વનમાં જાય છે ત્યાં તો મહા કાળઝાળ દાવાનળ બળે છે. અને એમાંથી કારમી ધા સંભળાય છે કે 'બળું છું રે બળું છું! અરેરે! અત્યારે રાજા વિક્રમ હોય તો મને ઉગાર્યા વગર રહે નહિ."

અહોહો! કોઈ દુખિયારું, મારું નામ લઈને પોકાર કરે છે.'

જઈને જુએ ત્યાં એક નાગ : અગ્નિમાં બફાઈ ગયો છે. વિક્રમે ભડભડતી ઝાળમાં હાથ નાખીને એને કાઢ્યો. નાગ બોલ્યો: હે પરગજુ માનવી! તું કોણ છો?"

"તું જેને સમરતો હતો તે જ રાજા વિક્રમ."

"આહા! હે રાજા! પરદુઃખભંજણા! મારા દેહમાં લાય હાલી છે. બે ઘડી તારા અમૃત જેવા શીતળ પેટમાં બેસવા દે, મારી કાયાની બળતરા બેસી જાય એવો જ હું બહાર નીકળી જઈશ."

વિક્રમે તો મોં ઉઘાડું મેલ્યું એટલે સડેડાટ સિંદૂરિયો નાગ રાજાના પેટમાં બેસી ગયો.

થોડી વાર થઈ. રાજા કહે, "ભાઈ, બોલી પ્રમાણે હવે બહાર નીકળ!"

પેટમાં બેઠો બેઠો નાગ કહે છે કે "હવે રામરામ! આવું સુખનું થાનક મેલીને હવે હું બહાર નીકળું એવો ગાંડિયો નથી."

વિક્રમે વિચાર્યું: 'કાંઈ વાંધો નહિ. મારો આશરાધર્મ હું કેમ લોપું? ભલે એ પેટમાં બેઠો. મારે કસુંબાની ટેવ છે. પણ પીઉં તો પેટમાં બેઠેલો નાગ પ્રાણ છાંડે. માટે આજથી કસુંબો હરામ છે.'

વિક્રમે અફીણ લેવું છોડી દીધું. પગ ઘસડતો ઘસડતો ચાલ્યો. પેટ વધી વધીને ગોળા જેવડું થયું. હાથપગ ગળી ગયા. આંખો ઊંડી જતી રહી. ઓળખ્યો ઓળખાય જ નહિ. પેટમાં વેદનાનો પાર નથી.

શૂધબૂધ ભૂલેલો વિક્રમ એક નગરીની બજારમાં ટાંટિયા ઢસરડે છે. એમાં શું બન્યું?

નગરીના રાજાને બે કુંવરી. બેયને માથે હાથ મેલીને બાપ પૂછે છે કે, "બોલો બેટા, તમે આપકરમણ કે બાપકરમણ?"

મોટી બોલી કે, "હું તો બાપકરમણ, બાપુ!"

નાની કહે કે, "બાપુ, સંસારમાં સહુ માનવી પોતાનાં કર્યાં જ પામે છે. કોઈ કોઈના કપાળમાંથી બે આંકડા ભૂંસીયે ન શકે, તેમ ઉમેરીયે ન શકે. માટે હું તો આપકરમણ."

"એ...મ છોકરી! આવડો બધો તારો મદ! હાં, કોઈ છે કે?"

કે' "એક કહેતાં એકવીસ."

"જાઓ, નાનેરી કુંવરીને રથમાં બેસારીને કાલ પ્રભાતને પહોર નગરીની બજારમાં જાઓ. કોઈ બાડો, બોબડો, અનાથ, અપંગ રોગી મળે તેની સાથે પરણાવી દ્યો. પછી જોઈએ એનું આપકર્મીપણું."

ગયા બજારે. ત્યાં તો હાટડીના ઓટા ઉપર વિક્રમ પડેલો. ડોળા ચડી ગયા છે. થોડો થોડો જીવ રહ્યો છે. ઘડિયાં લગન લઈને નાનેરી કુંવરીને એની વેરે પરણાવી.

સાત પેઢીની જૂની વેલડી દીધી. ત્રણ ગાઉ હાલીને ઊભા થઈ રહે એવા બે માળવિયા બળધિયા દીધા. એક બાનડી દીધી. વેલ્યમાં બેસીને રાજકુંવરી તો વિક્રમની સાથે ચાલી નીકળી.

બપોર થયાં ત્યાં વડલાને છાંયે વેલ્ય છોડી. શૂધબૂધ વગરના રાજાને ખોળામાં સુવાડીને રાજકુંવરી બેઠી છે. બાનડી જંપી ગઈ છે. રાજકુંવરી પોતાના રોગિયલ સ્વામીને શરીરે સુંવાળો સુંવાળો હાથ ફેરવે છે. થોડીક વારે સ્વામીનાથને નીચે સુવાડીને પોતે વાવમાં પાણી ભરવા ગઈ.

વાંસેથી શું થયું?

વીર વિક્રમ પોઢ્યા હતા. મોઢું ફાટેલું હતું. ધીમે ધીમે એના પેટ માંયલો સિંદૂરિયો હવા ખાવા બહાર નીકળ્યો. રાજાના મોઢાની બહાર ડોકું કાઢીને જીભના લબકારા કરતો કરતો આમતેમ જુએ છે. ત્યાં તો અવાજ થયો કે

"હે મૂઆ નુગરા! હે ભરફોડિયા!"

ચમકીને સાપ જ્યાં નજર કરે છે ત્યાં તો સામેના રાફડા ઉપર બીજો સાપ બેઠો બેઠો બોલે છે: "હે કજાત! તું નવ કુળ માંયલો નહિ."

સિંદૂરિયો ફૂંફાડીને જવાબ વાળે છે : "એલા કેમ ગાળો દઈ રહ્યો છો?"

"ગાળો ન દઉં? એલા, બીજો કોઈ ન મળ્યો તે પરદુઃખભંજણ વિક્રમના પેટમાં પેઠો? ધિક્કાર છે નુગરા! તારે માથે કોઈ ગુરુ નથી તેમાં ને?"

"હવે રાખ રાખ હરામી!" સિંદૂરિયો બોલ્યોઃ "તું યે કેમ કોઈકની માયાની માથે બેઠો છો?

હું તો માયાને માથે બેઠો છું, કોઈની કાયાને માથે તો નથી બેઠો ને? હે પાપિયા! હમણાં કોઈક સવા શેર ઝેરકોચલું વાટીને વિક્રમને પાઈ દિયે તો તનેય ખબર પડી જાય! તારા કટકે કટકા થઈને બહાર નીકળી પડે."

"અને તુંયે ક્યાં અમરપટો લખાવીને આવ્યો છે? તેં મને ચોર છતો કર્યો છે, પણ યાદ રાખ; અધમણ તેલ ઊનું કરીને તારા રાફડામાં કોઈ રેડે એટલી જ વાર છે. તુંયે સોનાનું ઢીમ થઈ જા. અને સાત ચરૂ માયા દબાવીને તું બેઠો છે એ માયા પણ હાથ લાગી જાય."

એટલું બોલીને બેય નાગ સામસામા ફેણ ડોલાવતા ડોલાવતા પેસી ગયા : એક ગયો રાફડામાં ને બીજો વિક્રમના પેટમાં.

પાણી ભરીને રાજકુંવરી આવી ગઈ હતી. એણે આ બેય નાગની વાત કાનોકાન સાંભળી. ઉઠાડી બાનડીને.

"બાનડી! બાનડી! જા ઝટ બજારમાં. સવાશેર ઝેરકોચલું, અધમણ મીઠું તેલ અને લોઢાનું બકડિયું. એટલાં વાનાં લઈ આવ્ય."

મગાવેલી સામગ્રી હાજર થઈ. રાજકુંવરી વિચાર કરે છે કે આ વાત ખોટી હોય તો અરરર! મારા સ્વામીનાથને ઝેરકોચલું પાઉં અને એ મરી જાય તો? તો તો હું મહાપાપણી બનું, માટે પ્રથમ તો રાફડા માંયલા નાગનું પારખું કરું.

તાપ કરીને કડામાં ધ્રફધ્રફતું તેલ ઊનું કર્યું. બેય જણીઓએ ઉપાડી રાફડામાં રેડ્યું. ત્યાં તો ફૂં! ફૂં! ફૂંકારા કરતો નાગ દોટ દઈને બહાર આવ્યો અને સોનાનું ઢીમ થઈને ઢળી પડ્યો.

મંડ્યા રાફડો ખોદવા. ગોઠણ સમાણું ખોદે ત્યાં તો એક ચરુ - બે ચરુ - ત્રણ ચરુ - ચાર! એમ સાત પીતળના ચરુ! ઉઘાડે તો અંદર છલોછલ સોનામહોરો!

રાફડા ઉપર ધૂળ વાળી દીધી. સવા શેર ઝેરકોચલું વાટ્યું. રાજાના મોઢામાં ધાર કરીને રાજકુંવરી ધીરે ધીરે ટોવા લાગી.

જ્યાં પાશેર રસ પેટમાં ગયો ત્યાં તો મૂંઝાતો મૂંઝાતો સિંદૂરિયો નાગ દોટ કાઢીને બહાર નીકળી પડ્યો, અને એ જ ઘડીએ એના ત્રણ કટકા થઈ ગયા!

દૂધ લઈને રાજકુંવરી ટોયલીએ ટોયલીએ વિક્રમના મોંમાં ટોવા મંડી. ઘટક ઘટક જેમ દૂધ પેટમાં ઊતરવા લાગ્યું તેમ હાથપગમાં જોર આવ્યું. બત્રીસ કોઠે દીવા થઈ ગયા. આળસ મરડીને વિક્રમ બેઠા થયા. બેઠા થઈને જુએ ત્યાં તો થડકી ગયા.

"અરે હે રાજકુંવરી! આ શું કર્યું? સિંદૂરિયા નાગના ત્રણ કટકા! શી રીતે? કોણે માર્યો?

રાજકુંવરીએ તો માંડીને વાત કહી દેખાડી.

"અરરર! અસ્ત્રી! તમે મને મહાપાતકમાં નાખ્યો. મારે આશરે બેઠેલાની તમે હત્યા કરી!"

નાગના કટકા વિક્રમે પોતાની ઢાલના ભંડારિયામાં મેલી દીધા. કેટલાય દિવસથી રાજા નાહ્યોધોયો નથી. કંચનવરણી કાયા કા...ળી મસ થઈ ગઈ છે. રાજતેજ ઝાંખા ઝાંખા લાગે છે.

"હે સતી! મારે વાવમાં સ્નાન કરવું છે."

"પધારો સ્વામીનાથ! હું મારે હાથે જ તમને ચોળીને નવરાવું."

વાવમાં જાય ત્યાં તો અહાહા! આ રોવે છે કોણ? રેશમ જેવા સુંવાળા ને પાની ઢળકતા મોવાળા મોકળા મેલેલ : ગુલાબનાં ફૂલડાં જેવી આંખો સૂજી ગયેલી : આભૂષણો ઝંટીને વેરી નાખેલા : અને ચોધાર આંસુડે રોવે છે કે "હે મારા ભરથાર! હે સ્વામીનાથ!"

વિક્રમ પૂછે છે: "હે સતી! તમે કોણ છો? વાવનાં પાણીમાં ઊભાં ઊભાં કેમ રોવો છો?"

"રાજા, હું પાતાળલોકની નાગ-પદમણી છું. વાવના પાણીમાં અમારી મોલાત છે! મારા સ્વામી સિંદૂરિયા નાગ, એને કોઈએ મારી નાખ્યા."

"હાય હાય! હે સુંદરી! તમારા ધણીને મારનારાં તો અમે જ છીએ. આ જુઓ એના કટકા."

"ઓહો! હવે ચિંતા નહિ. મારા સ્વામીના કટકાને હું સજીવન કરીશ."

એમ કહીને પદમણી પાણીમાં ડૂબાઈ મારી પલકમાં તો પાછી આવી. હાથમાં અમીનો કૂંપો.

ત્રણે કટકા સંધાડીને પદમણીએ ગોઠવ્યા પછી અમી છાંટ્યું. એક, બે, ને ત્રણ અંજળી છાંટી ત્યાં ઝડાપ દેતો સૂપડા જેવડી ફેણ ડોલાવતો મહાફણીધર સજીવન થયો, નાગને માનવીની વાચા ઊપજી: "હે અસ્ત્રી! હું ઘણો પાપી! આ રાજાએ મને દાવાનળમાંથી ઉગાર્યો. પોતાના પેટમાં પેસવા દીધો. અહાહા! કેવું શી...તળ એનું પેટ! પણ મેં પાપીએ બહાર નીકળવા ના પાડી. અને હું ન મરું માટે એણે અફીણ છોડ્યું."

કે' "હે વિક્રમ! માગ! માગ!"

"માગું તો એટલું જ, હે નાગદેવતા! એક બ્રાહ્મણનો છોકરો ચોરીમાં મર્યો છે. મારે માથે એની હત્યા ચડે છે. બે જ ટીપાં અમીનાં દઈશ?"

"અરે બે ટીપાં શું? આખો કૂંપો લઈ જા ને!"

અમીનો કૂંપો ઉપાડી અને રાણીને સાથે લઈ રાજા વિક્રમ ચાલી નીકળ્યા.

છ મહિનાની છેલ્લી રાત છે. રાજાની વાટ જોવાય છે. મસાલો ભરીને રાખેલું શબ પડ્યું છે. ઘીની ત્રણ અખંડ દીવીઓ બળે છે. ધૂપના તો ગોટેગોટા. ત્યાં તો વિક્રમનો સાદ પડ્યો કે -

"અરે હે ભાઈ! જાગો છો કે સૂતા?"

"જાગીએ છીએ, જે રાજા! છ-છ મહિનાથી જાગીએ છીએ. આંખનું મટકુંય નથી માર્યું."

એક, બે ને ત્રણ અંજળી અમીની છાંટતાં જ આળસ મરડીને બ્રાહ્મણનો દીકરો ઊભો થયો. વિધાતાએ સાદ દીધો કે "હું હારી, ને વિક્રમ જીત્યો."

ભાણેજને પરણાવીને રાજા-રાણી ઉજેણી આવ્યાં.

"અરે હે રાજા ભોજ! આવાં ઊજળાં કામાં કર્યાં હોય તો જ આ સિંહાસને બેસજે; નીકર તું તપીશ નહિ."

એટલી વાત કરીને પહેલી પૂતળી અબોલ બની ગઈ.

ત્યાં તો ઝણણણ કરતી બીજી પૂતળીએ નાટારંભ આદર્યો અને માનવીની વાચા કરી હસતી હસતી બોલી :

"સાંભળ હે રાજા ભોજા! આ સિહાંસન ઉપર બેસનાર રાજા વિક્રમની બીજી વાત કહું છું."

૪. વીરોજી

એક દિવસને સમે રાજા વિક્રમ દરબાર ભરીને બેઠા છે. કચેરી હેકડાઠાઠ જામી છે. ગજ-ગાહરના ચામર ઢળી રહ્યા છે. પાતળી જીભોવાળા કવિઓ છંદો લલકારે છે. શરણાઈઓ ચોઘડિયાં ગાય છે. મલ ગડદે આવી રહ્યા છે. અરણા પાડા આટકે છે. એક બીજાને કંધુર ન નમાવે એવા, અવળી રોમરાઈવાળા, ગરેડી જેવાં કાંધવાળા, શાદુળા સાંઅંતો-પટાવતો વીરાસન વાળીને બેઠા છે. મોઢા આગળ માનિયા વાઢાળાની સજેલી હેમની મૂઠવાળી તલવારો અને હેમના ફૂબાવાળી ગેંડાની ઢાલો પડી છે. ખભે હેમની હમેલ્યો પડી છે.

એવે સમયે આથમણી દશ્યેથી 'વિચાઉં ! વિચાઉં ! વિચાઉં !' એવી શિયાળયાંની લાળ્ય સંભળાણી.

પોતાને જમણે પડખે કાળિદાસ પંડિત બેઠા હતા. એમને રાજાએ કહ્યું કે "અરે હે કાળિદાસ પંડિત ! તમે તો થઈ થવી અને થાશે એવી ત્રણે કાળની વાતો જાણનારા છો. બોલો, આ જાનવરની વાણીનો ભેદ બતાવો."

માથાના મોળિયામાં ટીપણું ખોસેલું હતું તે કાઢીને કાળિદાસ પંડિતે કચેરીમાં રોડવ્યું. આખું ફીંડલું ઊખળી પડ્યું. અને ટીંપણાનો છેડો કચેરીના કમાડ સુધી પહોંચી ગયો. રાજાજી જુએ છે તો ટીપણામાંથી ત્રણ ચીજ નીકળી પડી : એક કોદાળી, એક નિસરણી, એક જાળ.

સડક થઈને રાજા વિક્રમ બોલી ઊઠ્યા : "અરરર ! કાળિદાસ પંડિત ! બામણના દિકરા થઈને ટીપણામાં જાળ રાખો છો ! શું માછલાં મારો છો !"

"ના મહારાજ !" કાળિદાસ પંડિત બોલ્યા : "એનો મરમ ઊંડો છે. હું તો રાજા વિક્રમનો જોષી ! હું જો કોઇ દી કહું કે 'અટાણે મૂરત નથી' તો તે વિક્રમની સભાનું મારું બેસણું લાજે. મૂરત ધરતીમાં સંતાઈ ગયાં હોય તો હું આ કોદાળીએ ખોદીને કાઢું, આભમાં ઊડી જાય તો નિસરણી માંડીને નવલખ

ચાંદરડાંમાંથી ઉતારું; અને પાણીમાં પેઠાં હોય તો આ જાળ નાખીને ઝાલું. સમજ્યા મહારાજ ?"

કે' "શાબાશ ! શાબાશ કાળિદાસ પંડિતને."

કપાળે કરચલીઓ પાડીને કાળિદાસ પંડિત આંગળીના વેઢા ઉપર અંગૂઠો મેલતા ગણતરી કરવા મંડ્યા. ગણતરી કરીને ડોકું ધુણાવ્યું.

"કેમ પંડિત ! ડોકું કાં ધુણાવ્યું ? કહી નાખો જે હોય તે."

"ખમા ! ખમા બાણું લાખ માળવાના ખાવંદને ! ખમા પરદુઃખભંજણાને. હે મહારાજા, જાનવર બહુ કથોરું બોલ્યાં છે. શું કહું ? કહેતાં જીભ કપાય !"

"ફિકર નહિ કાળિદાસ પંડિત ! જેવાં હોય તેવાં જ ભાખજો."

હે રાજા ! જાનવરની વાણી ભાખે છે કે આજથી સાડા-ત્રણ દીએ રાજા વિક્રમનો દેહીકા...ળ !"

"સાચું કહો છો ?"

"મારાં ભાખ્યાં ખોટાં પડે તો જનોઈને ઠેકાણે ડામ દઉં."

"ઓહોહોહો ! ભલે આવ્યાં. મરતુક ભલે આવ્યાં. ધન્ય ઘડી ને ધન્ય ભાગ્ય, કે આવે ઊજળે મોઢે માતાજીના ધામમાં પહોંચી જવાશે. હવે અમારે જીવતરમાં કાંઈ અબળખા નથી રહી. અલક મલક ઉપર આણ વર્તાવી. બાવન વીર અને ચોસઠ જોગણી સાધ્યાં, હવે મોજથી મરશું."

"હાં, કોઈ છે કે ?"

કે' 'એક કહેતાં એકવીસ ! ખમા ! કરતા ચોપદારો માથાં ઝુકાવી ઊભા રહ્યા.

"જાવ, આજ અટારીને માથે ચડીને પડો વજડાવો, પરગણે પરગણે ઢોલ પિટાવો, કે રાજા વિક્રમનો દરબાર લૂંટાય છે. આવજો, લૂંટી જાજો, કોઠી-કોઠાર ભરી લેજો, આગળ જાતાં મળશે નહીં."

શેરીએ શેરીએ ડાંડી પિટાણી. ખજાનાનું સાત સાત કોટડી દ્રવ્ય રાજાએ ખુલ્લું મેલાવ્યું.

માણસો ! માણસો ! માણસો ! દરબારગઢની દોઢીએય માણસો તો દરિયાનાં પાણીની જેમ ઊમટ્યાં છે. થાળીનો ઘા કર્યો હોય તો ધરતી ઉપર ન પડે, માણસોનાં માથાં ઉપર થઈને હાલી જાય, એવી ઠઠ જામી છે. ઝરૂખે બેઠા બેઠા રાજાજી પોતાના ખજાનાની લૂંટાલૂંટ જુએ છે. વાહ ! વાહ ! વાહ ! વિક્રમના અંગરખાની કસો તૂટવા મંડી.

ત્રીજે દિવસે કચેરી મળી. સહુને આખરના રામરામ કરી લેવા રાજા વિક્રમ આવી પહોંચ્યા. ત્યાં તો ફરીવાર શિયાળિયાંએ ઉગમણી દિશામાંથી લાળી કરી : વિયાઉં ! વિયાઉં ! વિયાઉં !

"અરે હે કાળિદાસ પંડિત ! આજ વળી જાનવર શું બોલી રહ્યા છે ?"

ફરી ટીપણું ઉખેળીને ભવિષ્યના આંકડા માંડી કાળિદાસ પંડિત બોલી ઊઠ્યા : "ખમા ! ખમા ઉજેણીના ધણીને ! બાણું લાખ માળવો આજ રંડાપાથી ઊગરી ગયો. હે મહારાજ ! જાનવર બોલે છે કે વિક્રમને ચૌદ મહિનાનું નવું આયખું મળ્યું."

"પંડિતજી, તમે રોજ રોજ સાંબેલા રોડવવા કેમ મંડ્યા ? સાડા ત્રણ દીમાંથી પરબારા ચૌદ મહિના શી રીતે વિંયાણા ?"

"મહારાજ, પુણ્યે પાપ નાસતાં !"

"એટલે શું ?"

"સાડા ત્રણ દી ખજાનો લૂંટાવ્યો તેના પુણ્યના થર ઉપર થર ચડી ગયા."

"એમ ?"

"હા મહારાજ ! મારાં ભાખ્યાં ખોટાં પડે તો હું બ્રાહ્મણનો દીકરો લાકડા લઉં - જીવતો સળગી મરું."

ઉજેણી નગરીને આંગણે આંગણે ધોળ-મંગળ ગાજવા લાગ્યાં. મંદિરોમાં ઝાલરના ઝણકાર ગુંજવા મંડ્યા.

[૨]

અધરાતનો પહોર થતો આવે છે. રાજા વિક્રમને ઊંઘ આવતી નથી. હેમનાં કડાંવાળી હિંડોળાખાટે બેઠા બેઠા ગુડુડુડુ ! ગુડુડુડુ ! ઝંજરી પી રહ્યા છે. રાણીજી બેઠાં બેઠાં હીરની દોરી તાણે છે. કીચડૂક ! કીચડૂક ! હિંડોળા ખાટ હાલી રહી છે. આખી ઉજેણી બીજા પહોરની ભરનીંદરમાં પડી છે. એવે સમે -

આવ્યે હે રાજા વિક્રમા !
આવ્યે હે માળવાના ધણી !
આવ્યે હે પરદુઃખભંજણા !

એવા વિલાપ થવા મંડ્યા. ઝબકીને રાજા વિક્રમ ઊભા થઈ ગયા. 'અહોહો ! આવે ટાણે મારા નામના આવા રુદન્ના કોણ કરે છે ? અધરાતેય ઉજેણીમાં જેને જંપ ન મળે એવું દુખિયારું કોણ હશે ?'

ત્યાં તો ફરી વાર વિલાપના સૂર નીકળ્યા. રાજા વિક્રમનું કલેજું વિંધાવા મંડ્યું. અંધારપછેડો ઓઢી, ત્રણસે ને સાઠ તીરનો ભાથો ખભે બાંધી, ગેંડાની ઢાલ ગળે નાખી, હાથમાં ઝંજરી લઈ કટ ! કટ ! કટ ! મેડીનાં પગથિયાં ઊતર્યા અને ઊભી બજારે વિલાપના અવાજને માથે પોતે પગલાં માંડ્યાં.

બરાબર માણેકચોકમાં આવીને જુએ ત્યાં તો કોઈ માનવીયે નહિ, કૂતરુંયે ન મળે, કાળું ઘોર અંધારું ! માણસને પોતાનો સગો હાથ પણ ન દેખાય એવી મેઘલી રાત. વાદળાંનો ઘટાટોપ બંધાઈ ગયો છે. ત્રમ ! ત્રમ! તમરાં બોલે છે.

'કોઈ નથી. અભાગિયો જીવ જ એવો છે કે દુઃખના પોકારના ભણકારા સાંભળ્યા કરે છે ! હાલો પાછા.' એટલું કહીને વિક્રમ જ્યાં પાછું પગલું ભરે છે ત્યાં તો વળી પાછા -

આવ્યે હે બાપા વિક્રમા !
આવ્યે હે માળવાના ધણી !
આવ્યે હે પરદુઃખભંજણા !

- એવા વિલાપ સંભળાણા. 'અ હો હો ! આ તો ગઢને દરવાજે કોઈક વિલાપ કરે છે,' એમ કહીને એ ખાવા ધાય તેવી સૂનસાન બજારમાં રાજા ચાલ્યો. દરવાજે જઈને જુએ તો કોઈ ન મળે ! ન કાળા માથાનું માનવી કે ન કૂતરું.

'ફટ રે અભાગિયા જીવ ! આવા ઉધામાં ક્યાંથી ઊપડે છે ?' એમ બોલીને પાછા ફરવા જાય ત્યાં તો ફરી વાર પોકાર સાંભળ્યા. રાજા કાન માંડીને સાંભળે છે : 'હાં ! આ તો સફરા નદીને સામે કાંઠે, ગંધ્રપિયા મસાણને ઓલ્યે પડખે માતા કાળકાના મંદિરમાંથી રુદન્ના થાય છે.'

સફરા નદી બે કાંઠે સેંજળ હાલી જાય છે. એનાં છાતી સમાણાં પાણી વીંધીને રાજા સામે કાંઠે પહોંચ્યા. મંદિરમાં જઈને જુએ ત્યાં સવા મણ ઘીની મહાજ્યોત ઝળળ ! ઝળળ ! બળી રહી છે. માતા કાળકા કોરું ખપ્પર લઈને ઊભાં છે. એની બેય આંખોમાંથી આંસુડાંની ધાર હાલી જાય છે. વિક્રમે હાથ જોડીને પૂછ્યું : 'હે માડી ! મારા નામની રુદન્ના આ મંદિરમાંથી કોણ કરતું'તું ?"

"ખમા ! ખમા, મારા બાપ ! ઈ તો હું કાળકા કરું છું."

"તું ! અરે, તું ચાર જગની જોગમાયા મારા નામના વિલાપ કરીશ તો પછી સારાવાટ ક્યાંથી રહેશે, માડી ?"

"આમ જો બાપ ! મારાં ખપ્પર ખાલી થઈ ગયાં અને તારા વિના ઈ ખપ્પર કોણ ભરે ?"

"બોલ મા, શું ધરું ?"

"બાપ, બત્રીસલક્ષણાનું લોહી !"

"ગાંડી થા મા ! ધરતીને માથે બત્રીસલક્ષણા કાંઈ વેચાતા મળે છે ?"

"તું પોતે જ છો ને !"

"વાહ વાહ ! રૂડું કહ્યું. તૈયાર છું, માડી ! બોલ, હમણે જ માથું વધેરી દઉં ?"

"અરરર ! હાય હાય ! બાણું લાખ માળવો રાંડી પડે. દુનિયા વાતો કરશે કે કાળકા દેવી નહોતી, ડાકણ હતી. બાપ ! ગોહિલવાડમાં મુંગીપરનો ધણી શાળવાહન છે. એને ચાર દીકરા છે. ચારેય બત્રીસલક્ષણા : હાથપગમાં પદમ કમળની રેખાઓ છે : ચારે શંકરના ગણ : એમાં નાનો વીરોજી તારે સાટે માથું આપે તેવો છે."

ખડ ! ખડ ! ખડ ! હસીને રાજા વિક્રમ બોલ્યો : "અરે મા ! મારે કારણે પારકાના દૂધમલિયા દીકરા ભરખવા કાં ઊભી થઈ ? એના માવતરને વીરોજી કેવો વા'લો હશે ? એ મારે માટે લોહી આપે અને હું એને ઊભો ઊભો જોઉં ? ધિક્કાર ! ધિક્કાર છે આ જનમારાને !"

બાપ વિક્રમ ! ઘરે જા. તું ધરતીનો ધણી : આભનો થાંભલો : તારી થાળીમાં લાખનો રોટલો : તું જાતાં કેટલી દીકરીઓ રંડાશે ! અને મારે માથે મેણું ચડશે. તું જા ઘરે; વીરાજીને હું જ જઈને પૂછું છું."

એમ કહી, સમળીનું રૂપ લઈને માતા કાળકા અંધારી રાતે પોતાની પાંખો ફફડાવતી ખ ર ર ર ર આકાશને માર્ગે ઊડી. ઘટાટોપ વાદળાંને પાંખોની થપાટો મારીને પછાડતી જાય છે અને એ પાંખોનો માર વાગતાં પવન તો સૂસવાટા મારે છે.

અગર ચંદણનાં આડસર, બિલોરી કાચનાં નળિયાં, અને હેમની ભીંતો : એવા રંગમહેલમાં મુંગીપર નગરીનો રાજકુંવર વીરોજી બેઠા છે. મધરાતનાં ઘડિયાળાં ટનનન ! ટનનન ! વાગ્યાં તોયે ઊંઘ આવતી નથી. સામે બેઠી બેઠી એની રાણી કીચૂડ ! કીચૂડ ! હિંડોળાખાટ તાણી રહી છે. બેયને ભરજોબન હાલ્યાં જાય છે. આંખોમાં હેતપ્રીત સમાતાં નથી. નેણેનેણે સામસામાં હસે છે.

ત્યાં તો ધ ર ર ર ! સમળાને રૂપે માતાજી મેડીને માથે બેઠાં અને કડડડ કરતી આખી મેડી હલમલી ગઈ.

"અરે થયું શું ! આભનો કટકો પડ્યો કે શું !" એમ કહીને વીરોજી હાથમાં તીરકામઠી લઈને મેડીએથી અગાસીમાં કૂદ્યો, કેસરીસિંહના જેવી છલાંગ દીધી, અને જ્યાં મેડીના છાપરા માથે નજર કરે ત્યાં તો વિકરાળ રૂપ !

"બોલ ! ઝટ બોલ ! તું ડેણ છો ? ડાકણ છો ? કોણ છો ? બોલ ઝટ, નીકર એક તીરડા ભેળી વીંધી નાખું છું."

"ખમા ! ગંગાજળિયા ગોહિલ, ખમા ! ખમા ! બાપ વીરાજી, ખમા ! દીકરા, હું ડેણ નથી. ડાકણેય નથી. હું તો દેવી કાળકા !"

"ઓ હો હો હો !" તીરડો ઉતારી, પાઘડીનો છેડો અંતરવાસ નાખી, હાથ જોડીને વીરોજી બોલ્યો : "ધન્ય ભાગ્ય ને ધન્ય ઘડી મારાં, કે ઘેર બેઠાં કાળકા દર્શન દેવા આવ્યાં ! અને ધન્ય ભાગ્ય રાજા વિક્રમનાં કે બારે પહોર તું જેને બોલે બંધાણી ! ભલે ! રાજા વિક્રમ, ભલે ! માડી, વીર વિક્રમ ખુશીમાં છે ને ?"

"બાપ ! વિક્રમનું તો આજકાલ્ય કાચુંપોચું સમજવું."

"કેમ માડી ?"

"ચૌદ મહિને એનો દેઈકાળ !"

"એકાએક ?"

"શું કરું ? મારું ખપ્પર ઠાલું ! મારે બત્રીસો જોવે."

"હે દેવી ! દુનિયામાં બત્રીસાની ખોટ પડી કે તું વિક્રમ જેવા આભના થાંભલાને તોડી નાખીશ ?"

"બાપ વીરાજી ! તુંયે બત્રીસલક્ષણો. તારાયે હાથપગમાં પદમ કમળની રેખાઉં છે. તું તારું માથું આપ તો રાજા વિક્રમ અગિયારસો વરસ જીવે."

"વાહ માડી ! અટાણથી જ આ માથું વિક્રમને અર્પણ કરું છું. શું કરું ? એક જ માથું છે. પણ રાવણની જેમ દશ માથાં હોત તો દશ વાર વધેરીને તારા ખપ્પરમાં મેલી દેતા. ધરતીને માથે વિક્રમનાં આયખાં અમર કરી આપત. એ મા ! વિક્રમ જેવા ધર્માવતારને માટે ડુંગળીના દડા જેવડું માથું વાઢી દેવાનું છે એમાં તો તમે આટલાં બધાં કરગરી શું રહ્યાં છો ?"

"પણ ઉજેણી બહુ છેટી છે બાપ ! પહોંચીશ બહુ મોડો."

"તમે કહો એમ કરું."

"લે બાપ, આ ચપટી ધૂપ. સવારે તળાવમાં જઈને ઘોડાને ધમારજે. પછી આ ધૂપ દેજે. તારા ઘોડાને પાંખો આવે તો જાણજે કે દેવી કાળકા આવી'તી. નીકર કોઈક ભૂત બોલ્યું જાણજે."

એટલું કહીને ફડ ! ફડ ! ફડ ! પાંખો ફફડાવીને માતાએ ઉજેણીના મારગ લીધા. અધરાતના આભમાં એનો વેગ ગાજવા મંડ્યો. નવલખ ચાંદરડા જાણે કે આ અંધારા આભમાં ઝળળળ જ્યોતનો ગોળો ઘૂમતો જોઈને ફાટી આંખે જોઈ રહ્યાં.

મરક મરક મોઢું મલકાવતો વીરોજી મેડીમાં ગયો.

એના હૈયામાં હરખ માતો નથી. પોતે માથું દઈને વિક્રમને જિવાડશે એ વાતનો ઉછરંગ આવવાથી એના અંગરખાની કસો તૂટી પડી છે. ત્યાં તો

રજપૂતાણીનાં નેત્રોમાંથી ડળક ડળક આંસુડાં દડવા મંડ્યા. વીરોજી કહે : "કેમ રે રજપૂતાણી ?"

"ઠાકોર ! આમ માથાં દેવાના કોલ કોને દીધા ? કોને બોલે બંધાણા ? પરણેતરનો ચૂડલો ભંગાવવા કેમ તૈયાર થયા ? એમ હતું તો પરણ્યા શીદને ?"

"ફટ રે ફટ રજપૂતાણી ! નક્કી તારા પેટમાં કોઈ ગોલીના દૂધનું ટીપું રહી ગયું. નીકર આવા વેણ રજપૂતાણીના મોંમાંથી નીકળે ? હે અસ્ત્રી ! વિક્રમ જેવો ધરતીનો થાંભલો બચતો હોય ત્યાં તને તારો ચૂડલો અને તારી જુવાની વહાલાં લાગ્યાં ? મેં તો માનેલું કે હું માથું વાઢીશ અને તું હસતી હસતી એને પાલવમાં ઝીલીશ. અસ્ત્રી ! અસ્ત્રી ! નવખંડ ધરતીમાં જુગોજુગ નામના રહી જાય એવો જોગ આવ્યો તે ટાણે પાંપણ્યું પલાળવા બેઠી છો !"

રજપૂતાણી આંખ્યો લૂછી નાખી, દોટ દઈને ભરથારને ભેટી પડી. હાથ જોડીને બોલી કે "ઠાકોર ! હું ભૂલી. સુખેથી સિધાવો. પણ હું કેમ કરીને જાણીશ કે તમારી શી ગતિ થઈ છે ? મારે ને તમારે ક્યાંઈક છેટું પડી જાય તો ?"

"હે રાણી ! લ્યો આ બે બી. એને વાવજો, પાણી પાતાં રહેજો. એના છોડવા ઊગશે. બેય છોડવા લીલા કંજાર રહે ત્યાં સુધી જાણજો કે વીરાજીને ઊનો વાયે નથી વાયો; અને કરમાય એટલે સમજી જાજો કે વીરાજીની કાયા પડી ગઈ છે. પછી તમારો ધરમ કહે તેમ કરજો."

સવાર પડ્યું, સ્નાન કરીને અરધે માથે બતી ઝુકાવી : ઊતરિયું દુગદુગા : કાનમાં કટોડા : પગમાં હેમના તોડા : દોઢ હથ્થી માનાસાઈ તંગલ ખંભાનાં વારણાં લઈ રહી છે : સાવજના નહોર જેવો ગુસબી જમૈયો ભેટની માલીપા ધરબ્યો છે : વાંસે રોટલા જેવડી ઢાલ : સાતસો - સાતસો તીરનો ભાથો : નવરંગી કમાન ગળાં વળુંભતી આવે છે : એક હાથમાં મીણનો પાયેલ બે

સેડ્યવાળો ચાબૂક રહી ગયો છે : બીજા હાથમાં ભાલો આભને ઉપાડતો આવે છે.

એવા ઠાઠમાઠ કર્યા. રજપૂતાણીએ કંકાવટીમાં કંકુ ઘોળીને કપાળે ચાંદલો કર્યો, ચોખા ચોડ્યા. પતિના પગની રજ લીધી, ત્યાં તો ચોળાફળીની શીંગો જેવી દસેય આંગળીઓમાંથી પરસેવાનાં ટીપાં ટપક્યાં, આંખડીમાં મોતી જેવાં બે આંસુડાં જડાઈ ગયાં.

"લ્યો રજપૂતાણી ! જીવ્યા મુઆના જુવાર છે."

[3]

એવી છેલ્લી વારની રામરામી કરીને હંસલા ઘોડાને માથે પલાણી રજપૂત મોતને મુકામે હાલી નીકળ્યો. સરોવરની પાળે ઘોડાને ધમારી, જે ઘડીએ ધૂપ દીધો તે ઘડીએ ખરરર ! કરતી ઘોડાના પેટાળને બેય પડખેથી સોનાવરણી પાંખો ફૂટી નીકળી.

"જે જુગદમ્બા !" કહેતોક રજપૂત કૂદીને હંસલાની પીઠ માથે ગયો. દેવતાઈ વિમાનની જેમ ગાજતો ઘોડો આસમાનમાં ઊડવા મંડ્યો. ઘોડાના પગની ઝાંઝરી અને એની ઝૂલ્યને છેડે ટાંકેલી ઘૂઘરીઓ ગગનમાં રણણ ઝણણ ! રણણ ઝણણ ! થાતી જાય છે. નીચે નાની મોટી કૈં કૈં નગરીઓ હાલી જાય છે. ઘોડો હણેણાટી દઈ દઈને આસમાનના ઘુમ્મટમાં પડછંદા પાડતો આવે છે.

બપોરની વેળા થઈ ત્યાં નીચે એક કાળઝાળ કિલ્લો દેખાણો. કિલ્લામાં સાતસાત ભોંની મેડીઓ ભાળી. એ ધુકાર શહેર ઉજેણી તો ન હોય ! એમ વિચારીને વીરાજીએ ઘોડાને ઉતાર્યો. પાંખો સંકેલતો સંકેલતો ઘોડો ઊતરવા મંડ્યો. બરાબર તળાવની પાળે આવીને ઘોડો ઊભો રહ્યો.

નગરીની સાહેલીઓ પાણી ભરવા આવી છે. અસવારને ભાળતાં જ જાણે કે પનિયારીઓ ચિત્રામણમાં લખાઈ ગઈ.

"ઓહોહોહો ! બાઇયું ! ઘોડો જુઓ ! ઘોડાનો ચડનારો જુઓ ! એનાં રૂપ જુઓ ! એનો મરોડ જુઓ ! એના મોઢા ઉપર કેવી કાંતિ નીતરી રહી છે ! અહોહો ! એના ઘરની અસ્ત્રી કેવી ગુણિયલ હશે !" એવી વાતો કરતી કરતી હોઠે આંગળી માંડીને પનિયારીઓ જોઈ રહી. ત્યાં તો ઘોડેસવાર બોલ્યો કે "બાઇયું ! બેનડિયું ! આ ઉજેણી નગરીને ?"

"હા...હા...હા...હા...હા..." એમ સામસામી તાળીઓ દઈ પનિયારીઓ ખડખડાટ હસવા મંડી પડી. "અરે બાઇયું, મૂંગો રહ્યો હતો ત્યાં સુધી જ માત્યમ હતું હો કે ! બોલ્યો ત્યાં તો બધાય રંગઢંગ કળાઈ ગયા. અહાહાહા ! વિધાતાએ રૂપરૂપના અંબાડ આપ્યા, પણ ચપટીક મીઠું નાખતાં ભૂલી ગઈ ! હા-હા-હા-હા !"

ઝંખવાણો પડીને વીરોજી કહેવા મંડ્યો : "બાઇયું, બેનડિયું ! અમે પરદેશી છીએ. અમારી હાંસી કાં કરો ? અમને જેવું હોય એવું કહી નાખોને !"

પનિયારીઓએ વહાલભરી વાણીમાં જવાબ દીધો : "વીરા ! બાપ ! ઉજેણી નગરી તો અઢીસો ગાઉ વાંસે રહી ગઈ. અને આ તો નવમો કોટ છે અવળચંડ રાઠોડનો. ખમા મારા વીર ! જો આ સામે રાઠોડુંની કચારી બેઠી."

બાર હજાર રાઠોડોની કચારી જામી છે. માટીઆરા માટી, ઢાલરા ત્રસીંગ, અવળી રોમરાયવાળા. એકબીજાને કંધૂર ન નમાવે એવા વીર વીરાસન વાળીને બેઠા છે. એક જોઈએ ત્યાં બીજાને ભૂલીએ એવા શૂરવીર ! શૂરવીરાઈ જાણે ડિલને આંટો લઈ ગઈ છે.

વીરોજી વિચારે છે : 'હવે જો પાદર થઈને હાલ્યો જાઈશ અને રાઠોડોને ખબર પડશે તો મેણું દેશે કે, ગોહેલવાડનો ધણી અંજળી કસુંબાની ચોરીએ મોં સંઘરીને પાદરમાંથી હલ્યો ગયો ! માટે હાલ્ય એક દી રહી, રાઠોડોના દાયરાને કસુંબે હેડવી, પછી વળી નીકળું.'

ઘોડો દોરીને દાયરામાં જાય ત્યાં કચારીમાંથી માણસો દોડ્યાં આવ્યાં. ઘોડો ઝાલી લીધો. પધારો ! પધારો ! કરતા પરોણાને દાયરામાં મોખરે દોરી ગયા, નામઠામ જાણ્યું ત્યાં તો 'ઓહોહોહો ! મુંગીપરનો કુંવરડો આજ અમારે ઘેરે એકલઘોડે અસવાર ! ધન્ય ઘડી ! ધન્ય ભાગ્ય !' એવા બોલ બોલાવા લાગ્યા.

"અંજળ દાણોપાણી મોટી વાત છે." એમ કહીને વીરાજીએ પોતાના ખડિયામાંથી માળવી, કોંટાઈ, બીલેસરી, આગ્રાઈ અને મિસરી એવાં પાંચ જાતનાં અફીણ કાઢીને રાઠોડોની સામે ધર્યાં. ખરલમાં કસરક ભુટાક ! કસરક ભુટાક ! કસુંબો ઘૂંટાવા મંડ્યો.

સામસામી અંજળી ભરાવી, હેતુમિત્રને રંગ છાંટી આખે દાયરે કસુંબો પીધો.

રાઠોડોએ પૂછ્યું : "ઘરેથી ક્યારે નીકળ્યા'તા ?"

"આજ સવારે."

રાઠોડો સામસામા મરકવા મંડ્યા : 'સેંકડો ગાઉને માથે મુંગીપર ! મારે વા'લે સાંબેલું રોડવ્યું !'

ચતુર સુજાણ વીરોજી કહે કે "રાઠોડભાઈઓ, આ ગપાટો નથી. આમ જોઈ લ્યો, જુગદમ્બાએ ઘોડાને પાંખો આપી છે. જાઉં છું વિક્રમને સાટે માથું ચડાવવા."

રાઠોડોની પાસેથી રજા માગી લઈને રોંઢે વીરોજી ચડી નીકળ્યા. સીમાડે જાય ત્યાં એકદંડિયો રાજમહેલ : અને રાજમહેલને ફરતી સાત માથોડાં સીણાની ખાઈ.[૧] મહેલની અંદર ઝોકાર જ્યોત બળે છે અને કોઈક મીઠી જીભવાળું માનવી જુગદંબાના નામના જાપ જપી રહ્યું હોય એમ લાગ્યું.

"ભાઈ ચોકીદાર !" વીરોજીએ ઘોડો થંભાવીને પૂછ્યું : "રણવગડામાં આવો મહેલ શેનો ? અને આ સીણાની ખાઈ શા માટે ?"

"ઠાકોર ! અવળચંડ રાઠોડની કુંવરી આ એકલદંડિયા મહેલમાં જુગદમ્બાની માળા જપે છે. પુરુષ નામે દાણો જમતી નથી. એણે વ્રત લીધાં છે કે આ સીણાની ખાઈ વળોટે એને જ વરું; બીજા બધા ભાઈ-બાપ."

"તે શું અટાણ લગી કોઈ રજપૂતનો દીકરો નથી જડ્યો ?"

"ઠાકોર, અહીં તો કૈંક આવ્યાં. પણ પગ મૂકતાં જ આ સીણામાં ગપત થઈ ગયા, તે આજની ઘડી ને કાલ્યનો દી ! ક્યાંય પતો નથી. પાણી હોય તો તરી જાય, અગ્નિ હોય તો માથે જીવતાં માનવીનાં શરીર પાથરીને ઓળંગી જાય; પણ આ તો સીણો !"

"જે જોગમાયા !" કહીને વીરોજી ઘોડેથી ઊતર્યો. ચોકીદારને કહ્યું કે, "ભાઈ, અમારે કાંઈ કુંવરીને વરવાની અબળખા નથી. અમારે ઘરે ઠકરાણાં બેઠાં છે. વળી અમે તો જાયે છયેં મોતને મારગે. પણ આ તો રજપૂતાણીની કૂખ લાજે છે એટલે અમે હોડમાં ઊતરીએ છીએ."

એમ કહીને જે ઘડીએ વીરાજીએ સીણામાં ડગલું દીધું ત્યાં તો જાણે કે વીસ ભુજાળી હથેળી દીધી. બીજું, ત્રીજું, ચોથું એમ ડગ ભર્યાં ત્યાં તો ડગલે ડગલે માતા હથેળીઓ દેતાં આવે છે. કટ કટ કટ કરતો વીરોજી સીણાની ખાઈ વળોટી ગયો.

"લ્યો ભાઈ, રામ રામ," કહીને વીરાજીએ ઘોડો મારી મૂક્યો. 'ઓ જાય ! ઓ જાય અસવાર ! ઓ જાય ખાઈનો વળોટનારો !' એવા હાકલ પડ્યા.

રાજકુંવરીને જાણ થઈ કે કોઈક રજપૂત એનાં વ્રત પૂરીને જાય છે. ઝરૂખેથી એણે એક ઘોડાના અસવારને જોયો. ડુંગર જેવડો ઊંચો ઘોડો માથે ઝગારા કરતો બખતરિયો જોદ્ધો, અને ત્રીજો, ઘોડાના પૂંછનો ઝુંડો : એમ જાણે ત્રણ ત્રણ અસવારનું જૂથ જાતું લાગ્યું.

"હાં, છોડિયું ! પાલખી લાવો."

પાલખી હાજર થઈ. કુંવરી અંદર બેઠી. ખડદાવેગી, ઢોલ્યફાડ્ય, લવિંગડી અને છોકરાંફોસલામણી, એવી ચાર બાનડીઓએ પાલખી કાંધે ચડાવીને દોટ કાઢી.

પણ ધોમ તડકો ધખી રહ્યો છે. ધરતી ખદખદે છે. આભમાંથી અંગારા વરસે છે. બાનડીઓ દોડી શકતી નથી. અને અસવાર તો ધૂળની ડમરી ચડાવતો ચડાવતો ઓ જાય ! ઓ જાય ! ઓ અલોપ થાય !

અસવારને અલોપ થતો જોઈ જોઈને રાજકુંવરીનું અંતર ચિરાય છે. એ હાકલ કરે છે કે 'છોડીઉં ! ઝટ આંબી લ્યો, નીકર મારે જીવતે રંડાપો રે'શે."

ધબ દેતી પાલ્જખી ધરતી પર મેલીને બાનડીઓ બોલી ઊઠી કે, "બાઈ, ઈ રાજાને તારે પરણવો છે, અમારે નથી પરણવો. અમારે તો અમારો કાનિયો, પીતાંબરો અને ભોજિયો બાર બાર વરસના બેઠા છે. ઘણી ખમ્મા એને ! તારે એકલીને દોડવું હોય તો માંડ્ય દોડવા."

એટલું બોલીને ટીડનો ઘેરો જાય એમ ઘરરર બાનડીઓ પાછી વળી ગઈ.

અંતરિયાળ રાજકિંવરી એકલી થઈ ગઈ. પણ એનાં ઘટડામાં તો બસ, પરણું તો એને જ. બીજા બધા ભાઈ-બાપ, એમ રઢ્ય લાગી ગઈ છે.

એણે દોટ કાઢી. ગુલાબનાં ફૂલ જેવાં પગનાં તળિયામાં ઝળેળા પડવા માંડ્યા. ગળે કાંચકી બંધાઈ ગઈ.

"ઊભો રે'જે ઘોડાના અસવાર ! ઊભો રે'જે રજપૂતડા ! ઊભો રે'જે ચોર !" એવી ધા નાખતી રાજકુંબરી રણવગડો વીંધી રહી છે.

આઘે આઘે વીરાજીને કાને ભણકારા પડ્યા. ઘોડો થંભાવીને પછવાડે નજર કરે તો અંતરિયાળ એક અબળા ધા દેતી આવે છે.

આવીને રાજકુંવરી ભર્યે શ્વાસે બોલી કે "હે રજપૂત ! અબળાનાં વ્રત પૂરાં કરીને આમ ચોરની જેમ ચાલી નીકળ્યો દયા ન આવી, ઠાકોર ? એમ હતું તો પછી કોણે કહ્યું હતું કે ખાઈ વળોટજે ?"

રજપૂતાણીની આંખોના ખૂણામાં લોહીના ટશિયા આવી રહ્યા છે. વીરોજી ખસિયાણો પડીને બોલ્યો : "હે રજપૂતાણી, હુ< તો પાંચ દીનો પરોણો છું. આ તો ક્ષત્રિયકુળનું નાક વઢાતું હતું તેથી ખાઈ વળોટ્યો. પણ તમે મારી વાંસે શીદને મરવા આવો છો ? હજુ તો જુવાન છો, ઊગ્યો છે એને આથમતાં ઘણી વાર લાગશે. માટે જાવ, પાછાં વળો; કોઈક સારો જુવાન જોઈને વીવા કરી નાખજો અને જુવાનીનાં સુખ ભોગવજો."

કાનના મૂળ સુધી કુંવરીનું મુખારવિંદ લા... આ... લઘૂમ થઈ ગયું. એની કાયા કંપી ઊઠી. એ બોલી : "બસ થયું રજપૂત ! રૂડાં વેણ કહ્યાં ! હવે ઝાઝું બોલશો મા. નીકર આ જોઈ છે ? હમણાં મારાં આંતરડા< કાઢીને તમારા ગળામાં પહેરાવી દઈશ."

રજપૂતાણીના હાથમાં કટાર ઝળક ઝળક થવા માંડી. વીરોજી અજાયબ થઈ ગયો : "હે કુંવરી ! હું તમને શી રીતે સાથે લઉં ? આપણે કુંવારા છીએ. ચાર મંગળ વરત્યાં નથી. તમારો છેડો અડે તો મને કેટલું પાતક ચડે !"

"સાચું કહ્યું રાજા ! પણ આપણા જ વડવા આવા સમયને માટે મરજાદો બાંધી ગયા છે કે પથારી કરવી તો વચ્ચે ખાંડું ધરવું; અને બેલાડ્યે બેસવું તો આડી કટાર રાખવી."

એમ કહીને હરણિયું કૂદે એમ છલંગ મારતી રાજકુંવરી વીરાજીની વાંસે ચડી બેઠી, વચ્ચે કટાર ઝાલી. અને બે ય જણાને ઉપાડીને ઝકાક ! બકાક ! ધમ ! ખરરર ! કરતો જાતવંત ઘોડો ચાલી નીકળ્યો.

રસ્તામાં બે રાત રોકાઈને ત્રીજે દિવસે પહોર દી ચડ્યે ઉજેણીના પાદરનાં ઝાડવાં જોયાં. એમ કરતાં પાસે પહોંચ્યાં ત્યાં એક ફૂલવાડી દીઠી.

નારંગીના તંબૂ જેવો લેલુંબ વડલો : અને વડલાની ઘટામાં મોટો દાયરો બેઠેલો.

વીરાજીએ માન્યું કે નક્કી રાજા વિક્રમનો દાયરો.

વીરાજી બોલ્યો : "હે સ્ત્રી ! ઊતરો હેથાં. તમને કાંઈ બેલાડ બેસારીને દાયરામાં નહિ જવાય."

"હે રાજકુંવર ! હું ક્યાં જાઉં ?"

"આ નેરામાં બેસો. હું હમણાં તમારી સગવડ કરીને તેડવા આવું છું."

"રજપૂત ! ભૂલી જાવ નહિ હો ! ગમે તેમ તોય હું અબળા છું. એકલી છું. અજવાળી તોય રાત કહેવાય હો !"

સાંભળ્યું ન સાંભળ્યું, અને વીરાજીએ તો દાયરાને માથે ઘોડો હાંક્યો. અને એને જોઈને એક આદમી દાયરામાંથી ઊઠીને ચાલ્યો ગયો.

"ઓહોહોહો ! વીરાજીભાઈ આવ્યા, બાપ આવ્યા. વા'લા રાગા આવ્યા." એમ કહીને દાયરાના આદમી બાથ લઈ લઈને મળ્યા.

"વીરાજીભાઈ ! રાજા વિક્રમ તમારી વાટ જોઈને અબઘડીએ જ પધાર્યા. ચાલો હવે અમે તમને તેડી જઈએ. કોઈ બીજું હાર્યે છે ?"

નીચું જોઈને વીરાજી બોલ્યા : "હા ઠકરાણાં હાર્યે છે. ઓલ્યા નેરામાં...."

"ઠીક ઠીક, ગોર ! તમે જાઓ, રથ જોડીને તેડી આવો આપણા બોનને. ઉતારામાં રાખજો. અમે ગામમાં વીરાજીભાઈનું મુકામ નક્કી કરીને ખબર દઈએ છીએ."

એમ કહીને બે આદમી વીરાજીને તેડી નગરમાં ચાલ્યા. ઉજેણીની બજારમાં તો માણસે માણસ ભિંસાઈ મરે એવો મનખો મળ્યો છે. હૈયેહૈયું દળાય છે. મેદનીમાં જઈને ઓલ્યા આદમીએ વીરાજીનો હાથ મેલી દીધો. 'અરે ભાઈ ! ક્યાં ગયા !' કરતા વીરાજી ગોતતા રહ્યા. પણ ભાઈ કેવા ! ને વાત કેવી !

મેદનીને વીંધીને માંડમાંડ વીરાજી વિક્રમ રાજાના દરબારમાં પહોંચ્યા. શરમના માર્યા કંઈ વાત કીધી નહિ. અને રાત પડી ત્યાં બધુંય ભૂલી ગયા.

આંહી શું થયું ? ગોરનો વેશ કાઢીને વેલડૂં લઈ આદમી આવ્યો. કુંવરીને ઉપાડી પડખીની હવેલીમાં તેડી ગયો. સાતમે મજલે ચઢાવી તાળું વાંસી દીધું.

જાળિયામાંથી ડોકાઈ ડોકાઈને કુંવરી નજર કરે છે. પણ કોઈ માનવી ન મળે. નીચે ઊતરવા જાય તો કમાડને તાળું ! કાળો કાગડોયે દેખાતો નથી. આ શું કૌતુક !

સાંજ પડી. મેડી નીચે જાણે લગનનાં ગીત ગવાય છે. કોણ જાણે કોઈક પરણે છે.

રાતનો પહોર વીત્યો. બારણું ઊઘડ્યું. ખભામાં તલવાર, વરરાજાનો પોષાક, અને દીનાનાથ નવરો હશે તે દી કોયલાનાં ભુકામાંથી ઘડેલ હોય એવા કાળામશ શરીરવાળો આદમી અંદર આવ્યો.

કાષ્ટની પૂતળી સંચો દાબતાં જ ફૂદકો મારે તેમ છલાંગ મારીને રાજકુંવરી ઊભી થઈ ગઈ.

આવનારઅ પુરુષે પૂછ્યું, " ખોલો છો ? કે મારા કાકાને બોલાવું ?"

"તમે કોણ છઓ ?"

"તમારા સ્વામીનાથ ! બીજું કોણ ! મારા કાકાને મને કહી મેલ્યું'તું કે જે દી હું ખૂબ ધન ધૂતી આવું તે દી મને પરણાવે. તે આજ મને તમારી સાથે પરણાવ્યો."

"તે તમે ગોર નહિ ?"

"ગોર ખરા, પણ ધુતારા ગોર."

ચતુર રજપૂતાણી બધીયે બાજી સમજી ગઈ : હવે સ્ત્રીચરિત્ર કર્યા વગર ઊગરવાનો આરો નથી રહ્યો.

'આવો આવો, સ્વામીનાથ !' એમ કહીને એ સીસમના પૂતળાને પોતાની પાસે બેસાર્યો.

ધુતારો તો ગાંડોતૂર થઈ ગયો.

"અને આ શું ?" એમ કહીને કુંવરીએ તરવાર સામી આંગળી ચીંધી.

"ઈ તરવાર ! તમે જો ના પાડી હોત તો આમ કરીને આમ તમારું ડોકું વાઢી નાખત, ખબર છે ?"

"અરરર ! માડી રે ? તો તો હું તમારી પાસે આવતાં બીઉં છું. આઘી મૂકી દ્યો."

"હાં ! ત્યારે એમ બોલોને !" એમ કહીને ધુતારાએ તરવાર ખીંતીએ ટિંગાડી. કુંવરીએ એને વાતોએ ચડાવ્યો. ધુતારો તો અગ્નિમાં મીણ ઓગળે તેમ ઓગળી ગયો. ભાન ભૂલી ગયો.

સિંહણની જેમ કૂદીને કુંવરીએ ખીંતીએથી તરવાર ખેંચી. 'જે જોગમાયા' કહીને ઠણકાવી. ચાકડાને માથે કુંભાર દોરી ચડાવીને માથું ઉતારી લ્યે તેમ માથું ઉતારી લીધું ! ધખ ! ધખ ! લોહી વહ્યું જાય છે.

થર ! થર ! થર ! થર ! રણચંડી જેવી રજપૂતાણી જાગી ગઈ. પણ હજુ લીલા બાકી હતી. જો જાણ થાશે તો મને મારીને દાટી દેશે.

ધુતારાની લાશના કટકા કર્યા. બારીમાં અને બારણામાં ટુકડા ટિંગાડ્યા. માતાના જાપ જપતી જાગી. સવારે કમાડ ઉપર કોઈએ સાંકળ ખખડાવી કે "ઊઠ્યને ભાઈ ! સોનાનાં નળિયાં થઈ ગયાં."

કમાડ ઉઘાડીને કુંવરીએ ધડ રોડવ્યું. ધડબડ ! ધડબડ ! થાતું ધડ નીચે ગયું. 'વોય બાપ રે !' કરતા માણસો ભાગ્યા.

બહાર નીકળીને બારીમાં જુએ ત્યાં તો હાથ, પગ, ને માથું લટકે છે !

"ફરિયાદ ! ફરિયાદ ! એ રાજા વિક્રમ, ફરિયાદ ! અમારા દીકરાને ડાકણ ખાઈ ગઈ." એવો પોકાર થઈ પડ્યો.

"હાં, છે કોઈ હાજર ?"

'એક કહેતા એકવીસ !' એમ કહેતાં કસળોભી ને ગુમાનસંગભી ને મેરામણભી જેવા રજપૂતો ઢાલ તરવાર લેતા દોડ્યા. આવીને નજર કરે ત્યાં તો 'વોય બાપ રે ! એક મડું ! પાંચ મડાં ! સો મડાં !' એમ કરતાં ભાગ્યા. શરીરે રેબઝેબ પરસેવો છૂટી ગયો.

"હાં, છે કે કોઈ !" રાજા વિક્રમે હાકલ કરી.

'એક કહેતાં એકવીસ !' એમ કહીને મિંયાં ફેંકણે ફેં, ફલાદીદૌલત, હાંડીબૂચ ને મલકલેરિયા દાઢી ઉપર હાથ નાખતા ઊપડ્યા.

"અરે સાલે રજપૂતડે ક્યા કર સકે !"

જ્યાં ધુતારાની મેડી સામે જાય ત્યાં તો - "યા મેરે અલ્લા ! યા ખુદા ! યા નબી ! સાલી મડે પર મડે ફીંકતી હે, ચલો બીબીયાંકી પાસ પહોંચ જાવે" એમ કહીને ભાગ્યા.

રાજાની કચેરીમાં હાહાકાર મચી ગયો. બીડદારે બીડું ફેરવ્યું. આખી કચેરીએ ધરતી સામાં મોં ઢાળ્યાં.

ત્યારે વીરાજીએ ઊભા થઈને બીડું ઝડપ્યું. હથિયાર બાંધીને પોતે હાલી નીકળ્યો.

ધુતારાના મહેલની બારીમાંથી રાજકુંવરીએ વીરાજીને આવતા જોયો. હૈયે ધબકારા બોલી ગયા. તરવાર હેઠી મેલી દીધી. ઘુમટો ખેંચ્યો. પાછી ફરીને ઊભી રહી. વીરોજી કટ કટ કરતો મેડીએ ચડી ગયો. એણે પડકારી કે, "બોલ ! બોલ ! બોલ ! તું કોણ છે ?"

ઘૂમટામાંથી કુંવરીએ મેણાં કાઢ્યાં : "ધન્ય છે ! વડા જળસાપ, ધન્ય છે તને ! કોઈનું પાડરું ખોવાય તો યે ધણી સાંજ પડ્યે ખોળવા નીકળે; એને કોળિયો ધાન ન ભાવે; સુખે નીંદર ન આવે. પણ તું ! ક્યાં તારી અસ્ત્રી ! ક્યાં તારો ઘોડો ! વિચાર ! વિચાર ! હે રાજા ! વિચાર તો કર ! હે રજપૂત ! તેં મારા માથે ડાભડો ઉગાડ્યો !"

ઝબ દઈને વીરાજીએ તરવાર ખેંચી. "ડાકણ ! વગડામાં મને ભરખવા આવી'તી અને હું છટક્યો એટલે આ પારકા જણ્યાને ચાવી ગઈ ? થઈ જા મોઢા આગળ !"

ધ્રુસ્કે ધ્રુસ્કે રોતી એ રાજકુંવરી મોઢા આગળ, અને વાંસે ઉઘાડી તરવારે વીરોજી : બેય ઉજેણીની ઊભી બજારે હાલ્યાં જાય છે. લોકોની મેદની વચ્ચે કેડી પડી ગઈ છે. નગરીમાં સમી સાંજે સોપો પડ્યો છે.

ભરકચેરીમાં રાજા વિક્રમ ન્યાય તોળવા બેઠા. એણે કહ્યું : "બહેન, તું મારી દીકરી છો. ઘૂમટો કાઢી નાખ."

ઘૂમટો ઊંચો કરતાં તો ઝળળળ ! તેજની કણીઓ છવાઈ ગઈ. રાજકુંવરીની આંખોમાંથી શ્રાવણ અને ભાદરવો મંડાણા. છાતીફાટ ધ્રુસ્કાં મેલીને અબળાએ વિલાપ આદર્યો. રોતાં રોતાં પોતાની આખી કથની કહી બતાવી.

વિક્રમે વીરાજીની સામે જોયું. વીરોજી અદબ વાળીને નીચે માથે ઊભા રહ્યા. એણે કહ્યું : "મહારાજ ! હું ઘોર અપરાધી છું. મને સજા કરો."

વિક્રમ રાજાએ બેય જણાંને પોતાનાં બેટાબેટી કરીને પરણાવ્યાં. અલાયદો મહેલ કાઢી દીધો.

[4]

અધરાત છે, પોષ મહિનાનો પવન સૂસવાટા મારે છે. વિક્રમ રાજા અને રાણી સૂતાં સૂતાં ટૌકા કરે છે. એ વખતે રાણીએ મેણું દીધું : "રાજા, માથું દેવા આવનાર બધા આવા જ હશે કે ?"

"કેમ રાણીજી ?"

"આજ અટાણે તમારું માથું લેવા માતાનો સાદ પડે તો ક્યાં તમારો વીરોજી આડો ફરવા આવવાનો હતો ? નવી અસ્ત્રીની સોડ્ય શે તજાય ?"

"બોલો મા, બોલો મા રાણી ! વીરાજીને માટે એવાં વેણ ન છાજે. બારીએ જઈને સાદ તો પાડો !"

રાણીએ બારીએ જઈને સાદ દીધો : "વીરાજીભાઈ !"

"હાજર છું, માતાજી !" ખોંખારો ખાઈને વીરાજીએ અંધારામાંથી જવાબ દીધો.

"ક્યારથી ચોકી કરો છો ?"

"માતાજી, ઉજેણીમાં આવ્યો ત્યારથી."

"ઘેરે નથી ગયા ?"

"કેમ જાઉં ?"

"કાં ?"

"રાજાને ઓચિંતાં તેડાં આવે તો શું કરું ?"

પલંગમાંથી ઊછળીને વિક્રમ પણ બહાર આવ્યા. "વાહ, વીરાજી ! રંગ છે રજપૂતની જનેતાને ! વીરાજી, ઘેર જાઓ."

"ના બાપુ, મારે માથું પછાડીને મરવું પડે. મુંગીપરનું બેસણું લાજે."

"જા ભાઈ ! વિક્રમના સોગંદ ! જોગમાયાની દુહાઈ ! એક રાત ઘેર રહી આવ."

વીરોજી ઘેર ગયો. પરણ્યા તે દિવસથી રજપૂતાણી રોજ રોજ રાતે વાટ જુએ છે. સવારોસવાર જગદમ્બાના જાપ જપે છે. આંખની પાંપણ પણ બીડતી નથી. આજે તો રજપૂત ઘેરે આવ્યો. રજપૂતાણીએ -

મોથ વાણી, એલચી વાણી,
ખળખળતે પાણીએ ના'ઈ,
ઘટ સમાણો આરીસો માંડી,
વાળે વાળે મોતી ઠાંસી,
શણગાર સજ્યા.
હાલે તો કંકુકેસરનાં પગલાં પડે,
બોલે ત્યાં બત્રીસ પાંખડીના ફૂલ ઝરે,
પ્રેમના બાંધ્યા ભમરા ગુંજારવ કરે,
એવી હામ કામ લોચના :
ત્રાઠી મૃગલીનાં જેવાં નેણ,
ભૂખી સિંહણના જેવો કડ્યનો લાંક,
જાણે ઊગતો આંબો.
રાણ્યનો કોળાંબો,
બા'રવટિયાની બરછી,
હોળીની ઝાળ,
પૂનમનો ચંદ્રમા.
જૂની વાડ્યનો ભડકો,
અને ભાદરવાનો તડકો,
સંકેલી નખમાં સમાય,
ઉડાડી આભમાં જાય,
ઊગમણા વા વાય તો આથમણી નમે,
આથમણા વાય તો ઊગમણી નમે,
ચારે દિશાના વાય તો ભાંગીને ભૂકો થાય.
એવાં રૂપ લઈને,
થાળ પીરસી,
સુંદરી ત્રણસેં ને સાઠ પગથિયાં ચડી,

ત્યાં તો
આવો, આવો, આવો,
એવા ત્રણ આવકારા મળ્યા.
માનસરોવરનો હંસલો
જેમ મોતી ચરે,
એમ સ્વામીએ ત્રણ નવાલા લીધા.
એમ રંગના ચાર પહોર વીત્યા.

રજપૂતાણીને આશા રહી. નવ મહિને દેવના ચક્ર જેવો દીકરો અવતર્યો. અજવાળિયાના ચંદ્રની જેમ સોળ કળા પુરાવા માંડી. દીકરો દીએ ન વધે એટલો રાતે વધે, ને રાતે ન વધે એટલો દીએ વધે.

બે મહિનાનું બાળક થયું ત્યાં તો વીશભુજાળી આવી પહોંચી.

"એ બાપ વીરાજી, તૈયાર છો ?"

"તૈયાર છું, માતાજી."

"પણ બાપ ! વિક્રમના રક્ષણહારને મારતાં જીવ નથી ઊપડતો."

કોચવાઈને વીરોજી બોલ્યો : "માતાજી, તમે તો છોકરાંની રમત કરતાં લાગો છો."

"વીરાજી ! તારો છોકરો ય બત્રીસલક્ષણો છે. આપીશ ?"

"માડી, પૂછો જઈને નવ માસ ઉદરમાં વેઠનારીને. મારો અધિકાર નથી."

માતાજીએ અધરાતે વીરાજીના ઘરનાં કમાડ ખખડાવ્યાં. રજપૂતાણી શ્રીફળ લઈને દોડી. માતા પૂછે છે : "દીકરી, ચૂડલો વહાલો છે કે દીકરો ?"

"મા, વિક્રમને જોઈએ તો એકેય નહિ."

"તારો ચાંદલો ન ભૂંસું તો દીકરો ચડાવીશ ?"

"માડી, કરાર કરવાના નો'ય, ફાવે તે ઉપાડી લેજો. મારે ક્યાં બે ભવ જીવવું છે ?"

"કાલ બેય જણાં દીકરો લઈને દેવળે આવજો."

બીજી રાતે બરાબર બે પહોર જવા દઈને પછી સ્ત્રી - પુરુષ દીકરાને તેડી હાલી નીકળ્યાં. સફરા નદીમાં જનેતાએ દીકરાને માથાબોળ ઝબકોળ્યો.

"હાં ! હાં ! હાં ! અસ્ત્રી ! આ શું ? જીવતો જીવ ઠરીને હીમ થઈ જાય એવી ટાઢમાં આ કેસુડાંના ફૂલને પાણીમાં બોળ્યું ?"

"સ્વામીનાથ ! બાળકનો દેહ ગંદો હોય તો પાતક લાગે."

મંદિરમાં માતાની ભેંકાર મૂર્તિ ઊભી હતી. ઝાક - ઝમાળ જ્યોતો બળી રહી છે. વીરાજીએ તરવાર ખેંચી. રજપૂતાણીએ બાળકને ઝાલી રાખ્યું. દેવળના ઝોકાર દીવા જોઈને અને બાપના હાથમાં ઝળહળતી તરવાર ભાળી કુંવર ખિલખિલાટ હસવા મંડ્યો. રમત રમવા માટે હાથપગ ઉછાળવા લાગ્યો.

વીરાજીએ તરવાર ઠણકાવી. બાળકનું ડોકું માતાના ચરણોમાં જઈ પડ્યું. ધડ જનેતાના હાથમાં રહી ગયું.

જનેતાથી આ દેખાવ ન જોવાયો. બાળક જાણે કે ધાવવા માટે બોલાવે છે. એણે ચીસ પાડી : "ઠાકોર, મને - મને -મને ય મારો. રાજાનાં આવખાં વધશે !"

"આ લે ત્યારે !" એમ કહીને વીરાજીએ તરવાર ઝીંકી. સ્ત્રીનું ડોકું રડી પડ્યું.

"રજપૂતાણી ! ધીરી ! હું યે આવું છું હો ! માતાજી ! રાજાને લાંબું આયખું દેજો. અમારા રામરામ કહેજો."

એમ કહીને પોતે પોતાની ડોકે તરવાર ઘસી. માથું જઈ પડ્યું સ્ત્રી-બાળકનાં માથાંની સાથે.

"હે માણસ ભરખનારી ! હે ડાકણ ! ધિક્કાર છે તને." એવી ત્રાડ દેતો વિક્રમ રાજા વાંસેથી અંધારપછેડો ઓઢીને હાજર થયો.

"આ લે, આ લે આ ચોથો ભોગ !" એમ કહીને કટાર પોતાની છાતી ઉપર નોંધી ત્યાં તો -

"મા ! મા !" કરતો કોઈએ હાથ ઝાલ્યો.

"મૂકી દે ! મૂકી દે રાક્ષસણી ! એલી, મારાં ત્રણ માણસ મરાવીને હવે હાથ ઝાલવા આવી છો ? સવાર પડ્યે દુનિયાને હું મોઢું શું બતાવીશ ?"

સોળ વરસની સુંદરી બનીને દેવી પ્રગટ થયાં. પોતાની ચૂંદડીનો છેડો ઓઢાડીને ત્રણે મરેલાંને માથે હાથ ફેરવ્યો. ચાર પહોરની નીંદરમાંથી આળસ મરડીને જેમ બેઠાં થાય તેમ ત્રણે માનવી જાગી ઊઠ્યાં.

કે‘ "બાપ વિક્રમ ! માગ માગ !"

"હું શું માગું માડી ? માગે તો આ વીરોજી, જેણે ત્રણ ત્રણ ભોગ ચડાવ્યા."

"વીરાજી ! બાપ ! માગી લે."

વીરોજી બોલ્યો : "દેવી ! હું શું માગું ? મારે શી ખોટ છે ? મારે માથે વિક્રમનું છત્ર છે. તું જેવી વીશભુજાળી બેઠી છો. પણ જો આપતી હો તો એટલું જ આપજે કે જેમ મરતાં સુધી હું મારા ધણીનું રક્ષણ કરવા એની મોઢા આગળ ડગલાં માંડું છું. તેમ મર્યા પછીય એના નામની મોઢા આગળ મારું નામ પણ ચાકર બનીને ચાલ્યા કરે."

"તથાસ્તુ, દીકરા !"

ત્યારથી આજ દિવસ સુધી સુનિયા જ્યારે જ્યારે વિક્રમનું નામ લે છે ત્યારે -

વીર વિક્રમ

કહે છે : આગળ વીર (વીરોજી) ને પાછળ વિક્રમ !

નોંધ

1. સીણો : રાજગરો અગર રાઈ જેવું ઝીણું ખડ-ધાન્ય.
2. મુદ્રારાક્ષસ:સાચું વાક્ય આમ જોઈએ = ચાકડાને માથે કુંભાર દોરી ચડાવીને માટલું ઉતારી લ્યે તેમ માથું ઉતારી લીધું !

૫. ફૂલસોદાગર ને ફૂલવંતી

દરિયાને કાંઠે મહા ગેંદલ શહેર છે. દેશપરદેશના વહાણવટી અવીને એના બારામાં મોટાં વહાણ નાંગરે છે.

શહેરમાં એક સોદાગર વસે. સોદાગર બાર બાર નૌકાઓ લઈને સાત સમુદ્રની સફરો ખેડે છે. કાશ્મીરની કસ્તુરી લાવે, અરબસ્તાનના ઊંટ-ઘોડાં લઈ આવે, કાબુલનો મેવો ઉતારે, સિંહલદ્વિપના હાથીદાંત, જાવાની મિસરી, અને સુમાત્રાના તેજાના ભરી ભરીને પોતાના ગામને કાંઠે ઠાલવે. લક્ષ્મીદેવીના ચારે હાથ એને માથે. એને ઘેર સંજવારીમાં સાચાં મોતી વળાય છે.

ઈશ્વરને ગમ્યું તે એક દિવસ સોદાગર મરી ગયો. ઘેર પચીસ વરસનો પરણેલો દીકરો, રૂપેરંગે રાજાના કુંવર સરખો, પણ મોજશોખમાં પડી ગયેલો. કામકાજ સૂઝે નહિ. બાગ બગીચામાં બેસીને સવારથી સાંજ સુધી બંસી બજાવ્યા કરે.

જોતજોતામાં લક્ષ્મીદેવીનાં કંકુવરણા પગલાં સોદાગરના ઘરમાંથી ભુંસાવા લાગ્યા. બાર બાર દેવતાઈ વહાણોએ માલિક વગરનાં મૂંઝાઈને સમુદ્રનાં પાણીમાં મોઢાં સંતાડ્યાં.

દીકરાને બાગબગીચામાં ગોતતી ફૂલસોદાગરની મા આથડે છે. આંસુડે પાલવ ભીંજવતી અને પુતરને માથે હાથ પંપાળતી પંપાળતી ફોસલાવે છે કે "બેટા, તું તો સોદાગરનો દીકરો, તારે તો મહાસાગર ખેડવા શોભે, બાપની લક્ષ્મી લાજે છે, બાપની આબરુ બોળાય છે."

સડાક થઈને ફૂલસોદાગર બેઠો થયો. બાપદાદા વખતના જીવણ ખારવાનું ઘર પૂછતો પૂછતો ખારવા-વાડ્યમાં આથડ્યો.

"જીવણ ડોસા! એ જીવણ ડોસા!"

"કેમ ભાઈ ફૂલસોદાગર!" જીવણ ખારવાએ બહાર આવીને અવાજ દીધો.

"બારેય વહાણ સાબદાં કરો. દરિયો ખેડવા જવું છે."

"ભાઈ, બાર વહાણો તો ભોંઠા પડીને દરિયામાં બૂડ્યાં છે. દરિયાપીરને ભોગ દેવો પડશે."

દરિયાને કાંઠે ધૂપદીપ પ્રગટાવ્યા, ચાર જોડ્ય શ્રીફળ વધેર્યાં. પાંચ પાલીનો ખીચડો જાર્યો. ટચલી આંગળી કાપીને લોહીના છાંટા ચડાવ્યાં.

"લેજો હે દરિયાપીર, મારી આ માનતા. અને મારાં બાર વહાણને બહાર કાઢજો, બાપા !"

હુ ડ્ડ ડ્ડ ડ્ડ ડ્ડ કરતાં દરિયાંના મોઝાં ઊમટ્યાં. અનગળ પાણીમાં મોટો મારગ પડી ગયો. પાતાળમાં બેઠેલા બાર દેવતાઈ વહાણને ઉપાડીને દરિયાપીરે પાણીની સપાટીને માથે રમતાં મેલી દીધાં.

વહાણને રંગરોગાન કરી, તૂટેલાં તળિયાં સમારી, કોરા-ધોકાર સઢ ચડાવી, જાવા - સુમાત્રાની સફર માટે સાબદાં કરી દીધાં. ખલાસીઓના અવાજ સંભળાણાં કે 'શી...યો...રા... મ...!'

"હે મા! હે બહેન! હું જાઉં છું, બાર વરસે પાછો વળીશ. મારી વહુને જાળવજો હો!"

સૌથી છેલ્લો ફૂલસોદાગર વહુ પાસે વિદાય લેવા ગયો. વહુનું નામ છે ફૂલવંતી.

ફૂલવંતીના અંતરમાં આંસુડાંનાં સરોવર ભર્યાં હતાં, તેની પાળ્યો તૂટી પડી; આંસુડે એણે સ્વામીનાથના પગ પખાળ્યા. વાંભ વાંભ લાંબી વેણી વડે ભરથારની ભીની પાનીઓ લૂછી. પોતાની પાસે સફેદ શંખલાંની માળા હતી તે સ્વામીનાથને ગળે પરોવીને ધ્રુસકે ધ્રુસકે રોતી ફૂલવંતી બોલી : "હે

સ્વામીનાથ! આંસુડે પલાળીને આ શંખલા ગૂંથ્યા છે. મુસાફરીમાં આ ગરીબ અબળાની આટલી એંધાણ જાળવી રાખજો."

"મારી વહાલી ફૂલવંતી! બાર વરસ સુધી મારા રામ રામ સમજવા, માડીનું મેણું ઉતારીને પાછો વળીશ; તું તારાં સતધરમ સાચવતી રહેજે, બારણાં બંધ કરી ધૂપ-દીવા બાળજે, જોગમાયાની માળા ફેરવજે; અને આ ખડગ સંકટ પડે ત્યારે કામ લાગશે."

એટલું કહી, શંખલાની માળા લઈ ફૂલસોદાગર ચાલી નીકળ્યો, વહાણમાં ચડી બેઠો, 'શી...યો...રા...મ...! હે... લીયા મા...લેક!' એવા અવાજ દઈ દઈને ખલાસીઓએ લંગર ઉપાડ્યાં. માથે વાવટા ફફડાવતાં ફફડાવતાં બારેય દેવતાઈ વહાણ મોજાંને ચીરતાં ચીરતાં ઊગમણી દિશાએ વહેતાં થયાં.

મીટ માંડીને ફૂલવંતી જોઈ રહી. આઘે આઘે બારેય વહાણના ધજાગરા પણ જ્યારે પાણી આડા ઢંકાઈ ગયા, ત્યારે ફૂલવંતી ઊંડો એક નિસાસો નાખીને પાછી વળી. કાંઠો ખાવા ધાતો હતો.

[૨]

બારેય વહાણ દરિયાની છાતીને માથે બતકો જેવાં રમતાં જાય છે. પવનના પુત્ર હનુમાનજતિની મેહર થઈ છે. એટલે ઊગમણી દિશાના વાયરા શઢમાં સમાતા નથી. એમ આજકાલ કરતાં તો છ મહિના વીતી ગયા. છઠ્ઠા મહિનાની છેલ્લી સાંજ પડી ત્યાં એક ટાપુ પાસે પહોંચ્યા. ઝ ળ ળ ળ ળ ળ! પૂનમનો ચંદ્રમા ઊગી રહ્યો છે. ટાપુમાંથી સુગંધી પવનની લહેરો વાય છે. પંખીના કિલ્લોલ થાય છે.

"વહાણ નાંગરો!" ફૂલસોદાગરે હાકલ કરી.

ધબોધબ મીંદડીઓ નખાણી. શઢ સંકેલાણા, અને બારેય વહાણ બેટને કાંઠે ઝાડવાં સાથે ભીડી દીધાં.

અધરાત વીતી. ખારવા-ખલાસી ઊંઘમાં પડ્યા છે. એકલો ફૂલસોદાગર પોતાની ફૂલવંતીને સંભારતો સંભારતો પૂનમને અજવાળે જાગે છે. ત્યાં તો વડલાને માથે વાતો સંભળાણી :

'અરે હે હંસી રાણી!'

'શું કહો છો હંસા રાજા?'

'આ સોદાગર આપણો મહેમાન છે.'

'હા!'

'આજ બરાબર વૈશાખ પૂનમ : અમૃત ચોઘડિયું : અત્યારે જો સોદાગર એને ઘેર હોય તો એની અસ્ત્રીને પેટે રાજતેજનાં ઓધાન રહે.'

'હે સ્વામીનાથ એ શી રીતે બને? અહીંથી છ મહિનાનો પંથ!'

'હે અસ્ત્રી! વાત આકરી નથી. સોદાગર સમદરમાં સ્નાન કરી મારી પીઠ ઉપર અસવાર થઈ જાય, તો એક પહોરમાં એને ઘરે પહોંચાડું અને એક પહોરમાં પાછો આણું.'

સાંભળીને ફૂલસોદાગર સડક થઈ ગયો. 'નક્કી આ કોઈ દૈવ વાણી! જોઉં તો ખરો, પંખી સાચું ભાખે છે ખોટું?'

દરિયામાં સ્નાન કરીને ફૂલસોદાગરે સાદ દીધો: "હે દેવતાઈ પંખી! તમે જો સરસ્વતીનાં સાચાં વાહન હો તો બોલ્યું પાળજો!"

ફડ ફડ પાંખો ફફડાવીને હંસલો નીચે આવ્યો. સોદાગર અસવાર થયો. જાણે વિમાન ઊડ્યું. પહોર વીત્યે એના ઘરના આંગણામાં ઉતારી મેલ્યો અને કહ્યું : "ફૂલસોદાગર! વહેલો વળજે હો! ઊંઘ ન આવી જાય."

ઓરડાની સાંકળ ખખડાવીને સોદાગરે સાદ દીધો: "ઉઘાડો"

"કોણ બોલાવે છે? આજ મધરાતે કોનો વિધાતા વાંકો થયો? હું પતિવ્રતા અસ્ત્રી : મારા સ્વામી બાર વરસને દેશાટણ : ઘીના દીવા બાલીને હું જાપ જપતી જાગું છું, ભરથારે બારણાં ઉઘાડવાની ના પાડી છે. મારા હાથમાં ખડગ છે. ચેતજો! દેવ હો કે દાનવ હો! આબરૂ સોતા પાછા વળી જાજો."

"ઉઘાડો સતી, હું દેવ નહિ, હું દાનવ નહિ, હું તમારો પતિ. મને હંસલો લાવ્યો છે. વૈશાખી પૂનમનાં તમારે નસીબે રાજતેજનાં ઓધાન લખ્યાં છે. ઝટ ઉઘાડો. "

"નિશાની શી?"

"શંખલાંની માળા!"

કમાડ ઊઘડ્યાં. છ મહિનાથી વિખરાયેલી વેણી સતીએ સમારી, સેંથે હીંગળો પૂર્યો, આંખે કાજળ આંજ્યાં.

એક પહોર વીત્યો. હંસલે સાદ દીધોઃ ફૂલસોદાગર, ચંદ્રમાની કળા સંકેલાય છે. ચાલો! ચાલો!"

ફૂલસોદાગર ઊઠ્યો. ફૂલવંતી બોલી કે "હે સ્વામીનાથ! માને અને બહેનને મોઢું દેખાડતા જાજો હો! નીકર મારું મોત બગડશે."

સાંભળ્યું - ન સાંભળ્યું, સોદાગર તો હંસને માથે અસવાર થયો. ઘરરર! હંસલે ટાપુના મારગ સાંધ્યા. જાતાં જાતાં મારગે હંસલે કહ્યું : "હે ફૂલસોદાગર, તને એક વાત કહેતાં વીસરી ગયો છું. રાજતેજની જનેતાને માથે વસમાં વીતકો વીતશે હો! તું તો બાર વરસે પાછો વળીશ. અને આ શંખલાની માળા તું ક્યાંઈક હારી બેસીશ. એ માળામાં તારી ફૂલવંતીનો ઉગારો છે. માટે મને દેતો જા !"

"આહાહા! દેવપંખી! તારા ગણના તો માથે ડુંગરા ચડ્યા. માથું વાઢી દઉં, પણ મારી અસ્ત્રીની એકની એક એંધાણી કેમ આપું?'

હંસલો કાંઈ બોલ્યો નહિ. તરવાર જેવી એની પાંખોએ સામી દિશાના સૂસવાટાને વાઢતાં વાઢતાં મહેમાનને બેટના વડલા નીચે પહોંચાડી દીધો.

લંગર ઉપાડી, શઢ ચડાવી, 'શી...યો...રા...મ...'ના નાદ ગજાવી, ખલાસીઓએ વહાણ હંકારી મૂક્યાં.

[3]

પ્રભાતનાં પંખી બોલ્યાં ને ફૂલસોદાગરને ઘેરે ફૂલસોદાગરની ખૂંધાળી બહેન જાગી. જુએ તો વાસીદું વાળેલું નહિ, વાસણ માંજેલા નહિ, અને પાણીના ગોળા ઠાલા ઠણકે છે.

"વા...હ! મોટી બાદશાજાદી હજુયે જાગી નથી કે!" એમ કહીને ખૂંધાળી નણંદ ભોજાઈના ઓરડાની તરડમાંથી જુએ છે. ઓરડામાં એણે શું જોયું?

હાય હાય! ઝુમ્મરમાં દીવા બળે છે. પલંગમાં ભોજાઈ પોઢેલી છે. એના વેશ-કેશ ચોળાણા છે. એની આંખનાં કાજળ રેળાણાં છે.

"અ ર ર ર! પાપણી! પતિવ્રતાના ઢોંગ કરનારી! નભાઈ કુળબોળામણ! મારો ભાઈ વિદેશ, ને તું વૈભવ કરછ?"

"માડી, એય અભાગણી, ઊઠ, આવીને તારી વહુના આચાર તો જો! અરે આડોશણ - પાડોશણ બેન્યું. આવો, આ આબરૂદારની દીકરીની દેદાર તો દેખો!"

આડોશણ - પાડોશણ એકઠી મળી. હોઠે આંગળી મેલી, નાકનાં નાખોરાં ફુલાવી, નિંદા કરવા મંડી.

"માડી રે! સાત પેઢી લજાવી! સહુનાં મોત કરાવ્યાં! અમને પાડોશીને કલંક ચડાવ્યાં!"

નણંદબાએ સાવરણી લીધી. ધડ! ધડ! ધડ! સૂતેલી ભોજાઈને ઝાપટવા મંડી. પછી લીધું ખાસડું.

સ્વામીનાથનાં સોણાંમાંથી સતી જાગી. જુએ ત્યાં સાવરણીની તડાપીટ : સાત સાત ખાસડાંના માર : પાડોશણના ઘેરેઘેરા : કાળો કળેળાટ બોલે છે. કાગડીઓ જાણે મેનાને પીંખે છે.

"નણદીબા!નણદીબા! મારો કાંઈ વાંક? કાંઈ ગુનો?"

મેલ્યા દાદા ને મેલી માવડી
મેલ્યા સૈરું કેરા સાથ જો.
નણદી, તમારા વીરાને કારણે,
મેલ્યાં ભાઈ ને ભોજાઈ જો.
મેલી પીયર કેરી પાલખી,
માન્યાં સરગ સાસરવાસ જો.
સાસુને માન્યા સગી માવડી,
તમને માન્યા મોટી બેન જો.
આજ રે અમી તમારાં ઓસર્યાં,
એવા કિયા ભવનાં પાપ જો.
ઓલ્યે જન્મારે માને ધાવતાં,
મેં શું કરડ્યાં એનાં થાન જો !

પણ એના વિલાપ કોણ સાંભળે?

નણંદે ભોકાઈના ચીર ચીરી નાખ્યાં, ગુણપાટનું ઓઢણું ઓઢાડ્યું, ચોટલો ઝાલીને બારણે કાઢી, કહ્યું: "જા રાંડ કુલટા! જંગલમાં જઈને ઝુમ્મર બાળજે, વેણી ઓળજે ને કાજળ આંજજે!"

ફૂલવંતી સમજી ગઈ. હાય! સ્વામીનાથ માને અને બેનને મળવું ભૂલ્યા. કોની સાક્ષી આપું? શી રીતે પારખું કરાવું?

બોલી નહિ. ચાલી નહિ. નણંદના ધક્કા ખાતી ખાતી, ધૂળમાં રોળાતી રોળાતી, રોતી રોતી, રણવગડાને રસ્તે ચાલી.

[૪]

પદમના ફૂલ જેવી પાનીઓ રસ્તે ચિરાય છે. ચંપાની કળી જેવી આંગળીઓમાં કાંટા પરોવાય છે. વાસુકિ નાગ જેવો ચોટલો ઝાળાં-ઝાંખરામાં અટવાય છે. રેશમ શી સુંવાળી કાયા ઝરડ! ઝરડ! ઉઝરડાય છે. આંસુડે ડૂબેલી આંખોને રસ્તો સૂઝતો નથી. તોયે ફૂલવંતી ચાલી જાય છે. ચાલી જ જાય છે.

આંસુડે માટી ભિંજાઈને ગારો થઈ ગઈ. માથાં પછાડી પછાડીને શિલાઓ તોડી નાખી. સાત સાત મહિના એમ વીત્યા ત્યારે ઝાડવાંમાંથી પંખીડાં બોલ્યાં કે 'સોદાગરની અસ્ત્રી! આ શું કરી રહી છો! વિચાર વિચાર, તારા ઉદરમાં તો રાજતેજના ઓધાન રહ્યાં છે.'

'હા! સાચું! સાચું!

ફૂલવંતી ઊઠી, કાયાને સંભાળવા માંડી, ઝાડવાંની છાલનાં લૂગડાં પહેર્યાં, મોવાલા મોકળા મેલીને જોગણ બની. પંખીડાં ચાંચમાં ઉપાડીને ફળફૂલ આણી આપે. તે આરોગીને સતી પેટ ભરે છે. હાથમાં વાંસડાની ડાંગ લઈને ફરે છે.

રાત પડી ને એકાએક વગડામાં અજવાળું થયું. કોઈનાં પગલાં સંભળાણાં.

"કોણ છે?" સિંહણ જેવી જોગણ ડણકી: "માનવ હો કે દેવ-દાનવ હો! ખબરદાર, ડગલું દીધું તો લોહી ચૂસી લઈશ."

ઝાડવાંની ઘટામાં એક માનવી છે. એક હાથમાં મશાલ, બીજા હાથમાં કુવાડો : કઠિયારો મધ પાડવા જાય છે.

"માતા! જોગમાયા! હું તો ગરીબ કઠિયારો છું." એમ કહીને થર થર કાંપતા કઠિયારા એ હાથ જોડ્યા.

"જે સતવાળી! જે ચોસઠ જોગણી માયાલી! આજ મારો અવતાર ફળ્યો. બોલ માતા, કહે તો પ્રાણ કાઢી આપું."

"ભાઈ, વીરા, હું દુખિયારી અસ્ત્રી છું. તારી આગળ એક ભિક્ષા માંગુ છે."

"માવડી, માનવીને વેશે તું ભિક્ષા લેવા આવી દેખાછ, માગ, તું કહે તે કરું."

"વીરા, એક મઢૂલી બનાવી દઈશ?"

જોતજોતામાં તો કઠિયારે ડાળ્ય-પાંદડાંની ઝૂંપડી ઊભી કરી. ફરીવાર આવીને કઠિયારે હાથ જોડ્યા.

"ભાઈ, પેટ શી રીતે ભરછ?"

"માડી, લાકડાના ભારા વેચીને."

ઊંચી નજર કરે ત્યાં જોગણ થંભી ગઈ, આહા!આ તો ચંદણનું ઝાડ.

એક ડાળી ભાંગીને જોગણે કહ્યું: "લે ભાઈ, આ ચંદણ કોઈ સાચા સોદાગરને જઈને વેચજે. લેનારની સાથે ભાવ- તાલ ઠેરવીશ મા. જે આપે તે લઈને મારી પાસે આવજે."

હાથમાં કુહાડો અને માથે ચંદનનું કાષ્ઠ. કઠિયારો છૂટ્યો. સોદાગરને ગોતતો ચાલ્યો. ગામેગામ પાટકે, પણ ચંદનનો મૂલવનારો સોદાગર ક્યાંથી ભેટે?

[૫]

સવાર થયું. બપોર ચડ્યા. આજ કઠિયારો ઘરે કાં ન આવે? રોટલા ઠરી ગયા. ખરા બપોરનાં ગધેડાં ભૂંકવા માંડ્યાં. કઠિયારણે ભાત શીંકે ચડાવ્યું. નીકળી ગોતવા. 'પીટ્યા કઠિયારા! એ રોયા કઠિયારા!' એવા સાદ પાડે, પણ હોંકારો કોણ આપે?

એકાએક ઝાડને છાંયડે ઝૂંપડી અને ઝૂંપડીને બારણે કોઈ જોગણ જોઈ. છાલના લૂગડાં : આંખો આંજે એવાં રૂપ : પૂરા મહિના જાતા હોય એવું ઓદર : જાણે ઈંડા મેલવાની તૈયારી કરતી ઢેલડી : વગડામાં જ્યોત છવાઈ ગઈ છે.

ઊભી ઊભી મારગને માથે મીટ માંડતી ફૂલવંતી બોલે છે કે "કઠિયારા, રે ભાઈ કઠિયારા! હવે પાછો વળ. ચંદણ વેચીને પાછો વળ, મારે વેળા થાય છે."

'આ...હા!' કઠિયારણ સમજી ગઈ. પીટ્યે જંગલમાં બાયડી પરણીને નવાં ખોરડાં બાંધ્યા!

કઠિયારણને ભાળતાં જ ફૂલવંતી ઝૂંપડીમાં પેસી ગઈ. માંહેથી બારણું વાસ્યું.

"ઉઘાડય! ઉઘાડય! બહેન! કઠિયારો આવ્યો!"

ઉઘાડે ત્યાં તો ડાકણ જેવું રૂપ દેખી ફૂલવંતી ઢળી પડી. એને સુવાવડની વેણ્ય આવવા માંડી.

"નભાઈ શોક્ય! દીકરી આવે તો દૂધ પીતી કરું ને દીકરો આવે તો ઉઝેરી મોટો કરું, ઊભી રે'જે."

ઝાડ ઉપરથી લક્કડખોદ બોલ્યો: 'કઠિયારણ, નગરીમાં જા ને સુયાણીને લઈ આવ!'

કઠિયારણ ઉપડી, નગરીના રાજાની રાણી પૂરા મહિના જાય. નોબત-નગારાં વાગે, જોષીડા જોષ જોવે, અને ભુવા દાણા જોવે. પણ બાળક અવતરતું નથી. બરાબર દરબાર ગઢની દેવડીએ ગાંગલી ઘાંચણ સામી મળી.

અઢીક હાથનું કાઠું : પાકલ જાંબુડા સરખો વાન : માંજરી આંખો : ઓડ્યથી ઊંચા બાબરકાં :ચાર - ચાર તસુ પગની નળીઓ : ચોથિયા વા પગ: પીંજારાના ઘરનો જાણે ગોળીટો! ખભે સાડલો : મંતરતંતર જાણે : આભામંડળનાં ચાંદરડાં હેઠાં રમાડે એવી : એવી ગાંગલી ઘાંચણ.

"ગાંગલી માશી! એ ગાંગલી માશી! એક વાત કહું, " માશીએ કઠિયારણની વાત સાંભળી. બેય વગડામાં પહોંચ્યાં.

ઝૂંપડી આગળ જાય ત્યાં તો પંખી! પંખી! પંખી! પંખેરું ક્યાંય માય નહિ. પોપટા, મેના ને પારેવાં, મોર, સૂડા ને બપૈયા જાણે ધોળ-મંગળ ગાય છે. હરણિયાં મોંમાંથી તરણાં છોડીને થોકે થોકે ઝૂંપડીએ ઊભાં છે.

બરાબર અધરાત છે. ઝૂંપડીમાંથી ઝળળળ અજવાળાં છૂટે છે. પશુપંખી જોવા મળ્યાં છે.

બેય ડાકણો અંદર જઈ જુએ છે ત્યાં માતાના થાનેલા ચસકાવતો દેવના ચક્કર જેવો બેટડો રમે છે. લલાટમાં રાજતેજ ઝગારા કરે છે.

અ....છી! છોકરાએ છીંક ખાધી. ત્યાંતો નાકમાંથી સાચાં મોતી ઝર્યા. બગાસું ખાધું ત્યાં હીરા ઝર્યા.

"અ હા હા હા! ગાંગલી માશી, કામ પાક્યું, છોકરાને ચોરી જાયીં"

પણ માની છાતીએથી ઝૂંટતાં જીવ કેમ કરીને હાલે! રસ્તે થઈને ચૌદ ચોર નીકળ્યા. ચોરોએ સાંકળ ખખડાવી.

"કોણ તમે?"

"માશી, ઈ તો અમે!"

"ઓહો, ભાણેજડાઓ! અંદર આવો. "

અંદર જઈને ચોર જુએ ત્યાં તો મૂર્છામાં પડેલી ગરીબડી માતા અને પડખામાં પોઢેલો કુંવર. એની આંખડીમાં કાંઈ સ્વપ્નાં હસે છે! કાંઈ કિરણો રમે છે!

"ભાણિયાઓ! આ છોકરાને ઉપાડી લ્યો!"

'અરરર માશી! માને થાનલેથી છોકરું વછોડાય? તો તો ઘરની માતા અમારા પાપનો ભાર શે ખેમશે?"

ચોરનો જીવ નથી ચાલતો. એકબીજાને ધકેલતા આઘા ભાગે છે. એ જોઈને ગાંગલી માશી દોડી.

"ઊભા રો' મારા પીટ્યો! તમને મેલડી ભરખે! ઉપાડો છો કે ચૌદેયને કાગડા કરી મૂકું?"

ચોર બિચારા શું કરે? ગાંગલી માશી ડાકણ હતી, આંખે પાટા બાંધીને ચોરોએ માની ગોદમાં ઊંઘતા છોકરાને ઉપાડ્યો. ચૌદ ચોર, ગાંગલી માશી અને કઠિયારણ ભાગ્યાં.

વગડામાં પ્રગટેલો દીવો ઓલવાઈ ગયો. પશુ-પંખી પોકાર પાડવા માંડ્યા. ઝાડ માથેથી પાંદડા ઝરી પડ્યાં.

[૬]

સુવાવડી ફૂલવંતીને શુદ્ધબુદ્ધ આવી. પેટમાં આગના ભડકા બળે છે. ઊઠીને મા પોતાના પડખામાં જુએ તો, હાય હાય, દીકરો ક્યાં?

દીકરા વિના માતા આંધળી બની, સાન ભૂલી, બહાવરી થઈને ભાગી. ઝાડવે ઝાડવે ગોતતી ભાગી. વગડો ગજાવી મેલ્યો. પશુ-પંખી સમજ્યાં કે અગ્નિની જીવતી ઝાળ દોડી જાય છે. વિલાપ કરતી જાય છે કે -

કિયે જનમારે મોરી માવડી
મેં તો કિધાં આવડાં પાપ જો,
ધાવંતાં વાળ્યા નાનાં વાછરું
લાગ્યા ગાયુંના નિશ્વાસ જો.
માતાના થાનેલેથી કયે ભવે
કેના ઝંટાવ્યાં મેં બાળ જો,
કાચાં રે ફળ હશે તોડિયાં
રોતાં મેલ્યાં ઝીણાં ઝાડ જો,
કાં તો બની રે કાળી નાગણી
ખાધાં પંખીડાંનાં બાળ જો,
આજે એ પાતક મુજને લાગિયાં
મારું ચોરાણું રતન જો!

ચોધાર રોતી ફૂલવંતી છૂટી. દોડી, દોડી, દોડી; પહાડ, ખીણ, કોતર, જોતી ગઈ, દરિયાને કાંઠે જાતી થંભી. ઊંચે આભ, નીચે પાણી, ચોગમ પવન! બીજું કોઈ ન મળે. દોડીને પાણીમાં ધૂબકો માર્યો. ઘડીવારમાં તો એને માથે મોજાં ફરી વળ્યાં.

બરાબર એ જ ટાણે આઘે આઘે દરિયાની અંદર, ફૂલસોદાગરના વહાણ હાલ્યાં જાતાં હતાં, તેમાં ફૂલસોદાગરને ગળે પહેરેલી માળા સરકી ગઈ. એકસો ને આઠ શંખલા દરિયાનાં નીરમાં ડૂબી ગયા!

[૭]

રાતનો છેલ્લો પહોર છે. ચોકીદાર ઊંઘે છે. ચૌદ ચોરને રવાના કરીને ગાંગલી અને કઠિયારણ રાજમહેલમાં પેઠાં. રાણી-વાસમાં રાણીને મુવેલો દીકરો અવતર્યો છે. રાણી યે મરી ગયેલી છે. કોઈને ખબર નથી.

કાખલી ફૂટતી ફૂટતી ગાંગલી બોલીઃ "કઠિયારણ, એલી કઠિયારણ, ઝટ કર! તું રાણી, ને આ છોકરો રાજકુંવર! ભારી લાગ આવ્યો."

બેય જણીઓએ રાણીને અને મરેલા રાજકુંવરને બાંધી નદીમાં ફગાવી દીધાં. રાણીના પોશાક પહેરીને કઠિયારણ સૂતી. પડખામાં કુંવરને પોઢાડ્યો.

ગાંગલી બોલી ઊઠીઃ "વધામણી! રાજા, વધામણી! રાણીજીએ કુંવર જણ્યો."

વાહ કુંવર! વાહ રૂપ! વાહ રાજતેજ! રાજમાં ઢોલનગારાં ધ્રસકવા માંડ્યાં.

"પણ અરે બાઈ! રાણીજીનું મોઢું કેમ બદલી ગયું?"

ગાંગલી બોલીઃ "એ તો સુવાવડને લીધે. રાણીજીનાં રૂપ તો કુંવરની કાયામાં ઊતરી ગયાં."

"સાચી વાત! સાચી વાત!"

માણસોએ તો માની લીધું. કઠિયારણ રાણી થઈ બેઠી. કુંવરનું નામ પડ્યું રાજતેજ. રાજતેજ મોટો થાય છે. છીંક ખાય ત્યાં તો મોતી ખરે છે. ભણી ગણી બાજંદો થાય છે. રાજકચેરીમાં આવે-જાય છે.

[૮]

દરિયામાં જે દી ફૂલસોદાગરના ગળામાંથી શંખલાંની માળા પડી ગઈ, તે દીથી સોદાગર એની ફૂલવંતીને વીસર્યો છે. પગ ઉપર પગ ચડાવી વહાણની અગાસીએ બેઠો બેઠો દેશદેશાવર રોજગાર કરે છે. એને ઘરબાર સાંભરતાં નથી.

શંખલાની માળા ડૂબવા મંડી. એકસો આઠ શંખલાંને ફૂલવંતીના આંસુડાંમાં ભિંજાયે ઘણાં વરસ વીતેલાં. આજ વળી ખારાં નીર ખાધાં. એટલે માળાનો ભાર વધ્યો. ડૂબતી ડૂબતી માળા તો તળિયે પહોંચી.

તળિયે નીલમની એક રૂપાળી શિલા. અને શિલા ઉપર બેઠી બેઠી હંસી એના ચાર ઈંડા સેવે. શંખ દેખીને હંસી ચણવા જાય ત્યાં તો આખી માળા દેખી. ઈંડાની વચ્ચે એણે તો માળાને ગોઠવી દીધી.

બાર બાર વરસે હંસીના ઈંડા ઊઘડ્યાં. અંદરથી ચાર બચ્ચાં નીકળ્યાં. સમુદ્રની સપાટી માથે લાંબી લાંબી ડોક કાઢીને હોંશે હોંશે હંસીએ સાદ દીધો: 'હંસારાજા! ઓ હંસારાજા!'

આભમાંથી ઊતરીને હંસે હંસીની ચાંચમાં ચાંચ પરોવી. બેય પંખી તળિયે ઊતર્યાં. ત્યાં તો બચ્ચાંને બચી કરતાં કરતાં હંસલે શંખલાની માળા દેખી. 'આહા ! હંસીરાણી' આ તો ફૂલસોદાગરની માળા! હાય હાય! સોદાગરે માળા ગુમાવી હશે, સતીને ય વિસારી હશે.'

માળા લઈને હંસ-હંસી બચ્ચાં સોતા ઊડ્યાં. રાજા રાજતેજની રાજનગરીને સીમાડે નદીને કાંઠે વડલો હતો, તેને માથે માળો બાંધ્યો.

એક દિવસ હંસ સમુદ્રમાં ગયો છે. હંસી ચારો લેવા ગઈ છે. એવે વાંસેથી બચ્ચાં વઢ્યાં. માળાનાં તરણાં વીંખાણાં અને શંખલાની માળા નીચે સરી પડી.

ધનુષધારી રાજા રાજતેજ ઘોડે ચડીને શિકારે નીકળ્યો છે. ત્યાં વડલાની નીચે એણે માળા દેખી. આહાહાહા! આ તો શંખની માળા! કોટે પહેરીને કુંવર પાછો ગયો. માળા પહેરતાં જ કુંવરની છાતી ઠરીને હિમ કાં થઈ ગઈ?

[૯]

માથે ચંદણની ડાળ મેલીને કઠિયારો આથડે છે. પણ એવો કોઈ સોદાગર ન મળે કે જે ચંદણના મૂલ મૂલવે. ભમતાં, ભમતાં, બાર વરસે એક બંદર ઉપર બાર વહાણ ઠલવાતાં ભાળ્યાં, સોનેરી લૂગડે સોદાગર ભાળ્યો. સોદાગર પૂછે છે કે "શું છે ભાઈ?"

"જોગમાયાએ વાઢી દીધેલી ચંદણની ડાળ છે. શેઠિયા, મત્યા હોય તો મૂલવજો."

સોદાગર નજર કરે ત્યાં ચંદણ ઉપર 'ફૂલ' ચીતરેલું.

"આહાહા! મારી ફૂલવંતી કાં સાંભરે? અચાનક?"

ચંદણને હૈયે ચાંપ્યું ત્યાં તો છાતીમાં ધબકારા બોલ્યા, "રે ભાઈ! શું આપું? હીરા? માણેક? મોતી? બોલ, તું માગ એ આપું."

"ના શેઠ, એનાં મૂલ હું શું જાણું? મારી માતાજીએ કીધેલું છે કે જે આપે તે લઈ લેજે."

"કોણ તારી માતા?"

"જટાવાળી જોગણઃ ફૂલસોઇદાગરના જાપ જપે છે. રણ્વવગડે રોઈ રોઈને પશુ પંખીને રોવરાવે છે. એને પેટે પૂરા દી જાય છે."

સોદાગરને ડીલે પરસેવો વળી ગયો. માથું ભમવા માંડ્યું. એણે પૂછ્યું : "ભાઈ કઠિયારા એનો ભેટો કરાવીશ?"

"હા, હાલો!"

બારે વહાણ વહેતાં થયાં. કઠિયારો માર્ગ દેખાડે છે.

રાજનગરીની નદીના આરા માથે ટણણં! ટણણં! ડંકા વાગ્યા, બારેય વહાણનાં લંગર પડ્યાં. મોખરે સોનેરી લૂગડે સોદાગર બેઠો છે.

"હાં, કોઈ છે કે?"

"એક કહેતાં એકવીસ, મહારાજ!"

"આપણે પાદર આ ડંકા કોના? એવો બે માથાળો છે કોણ? બાંધીને હાજર કરો!"

કટક લઈને કોટવાલ છૂટ્યો, આવીને એણે બારેય વહાણને કડી દીધી. ફૂલસોદાગરને બાવડે બાંધી, પગે બેડી નાખી, કચેરીમાં ખડો કર્યો.

'અહાહા! રાજાની ડોકે શંખલાની માળા! મારી ફૂલવંતીએ દીધેલી જ એ માળા!' સોદાગરની આંખમાં અમી ઊભરાણાં. જાણે પેટનો દીકરો પારખ્યો.

"એ ભાઈ, રાજાનું નામ?"

"રાજતેજ."

"બસ, એ જ મારો દીકરો! મારું પેટ! મારાં બાર વહાણનો વારસદાર!"

"વોય રે મારો બેટો!" કોટવાળે બંદૂકના કંદા માર્યા. "રાજાનો બાપ બનવા આવ્યો છે! પૂરી દ્યો ધૂતારાને તુરંગમાં."

ધક્કે ચડાવીને સોદાગરને કેદખાને ઉપાડી ગયા.

પણ રાજકુંવરની આંખમાં આજે આંસુડાં કેમ આવ્યાં? આજ કચારીમાંથી એનું અંતર કેમ ઊઠી ગયું?

"કોટવાળ! આજ કચેરી બરખાસ્ત કરો!"

[૧૦]

પણે દરિયામાં પડેલી ફૂલવંતીનું શું થયું?

બાર બાર વરસ સુધી બિચારીને પાતાળમાં નીંદર આવી ગઈ. નાગપદમણીની દીકરીઓ એને વિંટળાઈને વીંજણા ઢોળતી, અગર-ચંદનના લેપ કરતી, અને અમીની અંજળી છાંટતી બેસી રહી. એકેક વરસ વીતે અને ઊંઘમાંથી ઝબકીને 'સોદાગાર! સોદાગર!' ' રાજતેજા! રાજતેજા!' એવા સાદપાડે, વળી પાછી પોઢી જાય.

નાગપદમણીએ સતીને પંપાળીને આંસુ લૂછ્યાં : 'દીકરી! તારા સ્વામીનાથ મળશે ને બેટો ય મળશે!"

"ક્યારે?"

"પહેલાં નહા, ધો, ખા, પી પછી કહું."

નવરાવી-ધોવરાવી, ખવરાવી-પીવરાવી, પરવાળાંની સાડી અએ પારસમણિનો હાર પહેરાવીને ફૂલવંતીને નાગપદમણી દરિયાકાંઠે તેડી ગઈ.

"દીકરી, ચારેય દિશાના વાયરા તપાસી જો તો! શીતળ લહેર ક્યાંથી આવે છે? ને ગરમ લૂ ક્યાંથી આવે છે?"

છાતી ઉપરથી પાલવ ખસેડીને સતી ઊગમણી ઊભી, આથમણી ઊભી, દખણાદી ઊભી, પણ જ્યાં છાતી ઉઘાડીને ઓતરાદી ઊભી ત્યાં તો -

અહાહા! સતીનાં થાનેલાં ફાટ ફાટ થાય છે, ધાવણની ધારો ટપકે છે. અમૃતની જાણે સરવાણીઓ ફૂટી.

"બસ, બેટા! ઓતરાખંડમાં તારો પુતર જડશે. ચાલી જા."

"કેમ કરીને ચાલું, માડી?"

પદમણીએ સાદ પાડ્યો: "પવન દેવતા!"

હૂ હૂ હૂ! સૂસવાટા સંભળાણા.

"જાવ દેવ! દીકરીને તેડી જાવ!"

સૂસવાટા મારતી ફૂલવંતી ઊપડી. સાડીનો સઢ ફૂલાણો. દરિયાને માથે જાણે નૌકા છૂટી. વાહ રે વાહ!પાણી ઉપર માનવી ચાલ્યું જાય!

મોજાંને માથે અસવારી કરીને અસવારી કરીને છ મહિનાનો પંથ કાપ્યો. અધરાતે એક ઠેકાણે આવી, ત્યાં તો ફરીવાર થાનેલાં છલકાયાં. દૂધના કુવારા ચઢ્યા. સરોવરને કિનારે ઝાડ હેઠળ બેઠી. એ જ રાજા રાજતેજની રાજનગરી.

પ્રભાત પડે ને કઠિયારણ રાણી સરોવરમાં નહાવા આવે. એમાં આજ રાંડે ફૂલવંતેની ઓળખી. 'દાસીઉં! દોડો દોડો, આ ડાકણને મારો!'

ફૂલવંતીને મારી, ધકેલી, એક ઊંડા ખાડામાં ભંડારી, માથે મોટી શિલા ચાંપી દીધી.

રાજા રાજતેજ ગોઠિયાઓને લઈને સરોવરે નહવા આવે છે. ઓહો! આજે તો કાંઈ નહાયા! કાંઈ નહાયા!

"હાશ! આવી શીતળ કાયા તો કદી યે નહોતી બની. જરાવાર આ શિલા માથે વિસામો ખાઈ લઉં."

શિલાને માથે બેસતાં જ કુંવરના નેણ ઘેરાણાં. પાંપણના પડદા બિડાણા. કદીયે નહોતી આવી એવી નીંદરમાં કુંવર પડ્યો.

પણ આ શિલા નીચે કોણ રુવે છે?

બાર વર્ષે મારો બેટડો મળિયો,
હૈયાનાં ધાવણ હાલ્યાં જાય જો;
પોઢો પોઢો રે પુતર છેલ્લી આ વારના,
માતાનો જીવડો નો રોકાય જો.

પ્રધાનનો પુતર, વજીરનો પુતર, કોટવાળનો પુતર ચકિત થઈને સાંભળે છે. "આ તો બહરી કૌતક, ભાઈ! કાલ્ય સોદાગર આવ્યો, કહે છે કે 'હું કુંવરનો બાપ!" આજ વળી શિલા રુવે છે કે 'હું કુંવરની મા!' ચાલો રાજકુંવરને જગાડો. "

રાજકુંવર જાગ્યોઃ "મા! મા! માડી!"

"કોને બોલાવો છો, કુંવર?"

"આ શિલાની નીચેથી મને મારી જનેતાનો સાદ સંભળાય છે, ભાઈ આ શિલા ઉખેડો તો!"

પચાસ મણની શિલા! કોનાથી ઊપડે?

રાજતેજની ટચલી આંગલી જ અડી, ત્યાં શિલા ફૂલની માફક ઊઘડી : હેઠળ જુએ ત્યાં જનેતા સૂતેલી. માના થાનેલામાંથી ધાર છૂટી.

'મા! મા! મા!' કહેતો કુંવર માતાને બાઝી પડ્યો. પોતાને ખભે બેસાડીને દરબારમાં તેડી ગયો. દોડ્યો પોતાની કઠિયારણ માની પાસે.

"માડી બોલો! મારી સાચી મા કોણ?"

"અરરર! બેટા આવું કેમ પૂછ છ? કોણ ડાકણની તારે માથે નજર પડી?"

"પ્રધાનના કુંવર બધસાગરા! પારખું કેવી રીતે કરું? બેમાંથી કઈ માતા સાચી?"

"પારખું છે, બેય માતાને દરબારમાં ઊભી રાખો. જેના થાનેલામાંથી ધાવણ છૂટીને તમારા મોંમાં પડે તે જ સાચી જનેતા : બીજી ધુતારી."

"ગાંગલી માશી! એ ગાંગલી માશી! ઝટ મને તેજાના ખવરાવો, મસાલ ખવરાવો, બાર જાતના ઓસડિયાં ખવરાવો. ઝટ મારે થાનેલામાં દૂધ જોવે. નીકર આપણને બેયને ઘાણીએ ઘાલીને તેલ કાઢશે."

ધુતારણે તો બાર જાતના ઓસડિયાં અને તેર જાતનાં મસાલા ખાધા. ધોળી મૂસળી ખાધી ને કાળી મૂસળી ખાધી. કેસરિયાં દૂધનાં કડાં પીધાં. અને આખી રાત જાગીને જોયા કરે કે ધાવણની ધાર છૂટે! પણ થાનેલામાં ટીપું દૂધ આવતું નથી.

બીજે દી પ્રભાતને પો'ર દરબારમાં માનવી માતાં નથી. પંખીડાં ય પાંખો બીડીને બેઠાં છે. ઝાડવાં ઉપર પાંદડાં ય હલતાં નથી. પવન પણ થંભ્યો

છે. રાજા રાજતેજ સિંહાસન પર બેઠો છે. થોડાં પાણીમાં માછલું તરફડે એમ એનો માવડી વિનાનો જીવડો ફફડે છે.

કઠિયારણ રાણી આવી. લુગડાંના ઠાઠમાઠ ને ઘરેણાંના ઠઠેરા કરીને આવી. પણ તો યે એ તો કઠિયારણ, કૂડનાં તો હૈયાં જ કાચાં! એની કાયા થરથર કંપે છે.

અને ફૂલવંતી! નહિ માથે ઓઢણું, કે નહિ કાનમાં વાલની વાળી. તો યે એની કાયા કિરણો કાઢે છે, પાંપણે પલકારો યે નથી. બીજા કોઈને એ ભાળતી યે નથી. આંખના તારલા એક દીકરા ઉપર જ નોંધાણા છે. નીરખી નીરખીને ડાબી જમણીમાંથી હેતનાં આંસુનાં શ્રાવણ-ભાદરવો હાલ્યા જાય છે.

આગળ આવીને વજીરનો પુતર બોલ્યો: "રાણી- માતા સાંભળો, અજાણી મા, તમે ય સાંભળો. આજ રાજા રાજતેજને માથે બબ્બે જનેતાઓની વિકટ સમસ્યાઓ ઊભી છે. પણ આ નવખંડ ધરતી ને માથે સૂરજ એક છે, ચંદરમા એક છે, તો જનેતા બે કેમ હોય? માટે દેવધરમની સાખે, પશુપંખીની સાખે, આ પંચ-પરમેશ્વરની સાખે પારખું આપો : જે સાચી જનેતા હશે તેના ધાવણની ધાર રાજાનાં મોમાં જઈ પડશે."

કચેરી સડક! વાયરા થંભ્યા! સોય પડે તોય રણકારો સંભળાય એવી શાંતિ!

"રાણીમાતા આવો, પહેલાં તમે પારખું આપો!"

કઠિયારણ તો ઘણી વાર સુધી ઊભી થઈ રહી. પણ ધાવણ શેનાં ફૂટે!

"રાણીમાતા, બસ કરો!" વજીરના પુતરે હાકલ મારી.

કઠિયારણ તો કા...ળી...મશ!

પછી આવી ફૂલવંતી. કાયામાં ટીપું લોહી નથી. હૈયામાં છાંટો હરખ નથી. પણ સિંહાસને બેઠેલા બેટડાની સામે છાતી ખોલીને જ્યાં ઊભી રહી ત્યા તો? -

અહાહાહા! ચોધાર - અરે ચાલીશધારા - ફુવારા છૂટ્યા. સિંહાસને બેઠેલા રાજાની માળા ભિંજાણી, રાજાનું મોઢું ભરાણું.

'જે થાવ! સતીની જે થાવ! કૂડનમાં ધૂળ થાવ!' - એવા જેજે કાર ગાજ્યા. પણ કઠિયારણ તો કાળી નાગણી. એને ઝેરનું છેલ્લું ટીપુંય નીચોવી નાખ્યું. એ બોલી "મારા પીટ્યાઓ! ઈ સતધરમની પૂંછડીને એટલું તો પૂછી જુઓ, કે એના બેટડાનો બાપ કોણ? રાજાને કે'દી ઈ રાંડે મેમાન કર્યો'તો?

સાંભળીને સભા સૂનમૂન! સૌનાં માથાં ધરતી સામાં ઢળ્યાં. સહુને મોઢે મશ વળી. ફૂલવંતી માથે જાણે શિલા પડી. પાષાણની જાણે પૂતલી! પણ એ શું બોલે? શી રીતે સમજાવે? રાજતેજના ઓધાનની વાત બહાર પાડવાની સ્વામીનાથ ના પાડી ગયા છે! ફૂલવંતી બેશુદ્ધ બનીને ઢળી પડી.

બરોબર એ જ ટાણે, સાત સાત સમુદ્ર વીંધીને ફૂલસોદાગરના ઉપકારી હંસરાજાએ પાંખો ફફડાવી. પલકવારમાં એના કિલકિલાટ નગરીના આભમાં ગાજ્યા. ફૂલવંતીના શિયળની સાખ દેનારો પંખીડો આવી પહોંચ્યો. કચેરીનાં નેવાંને માથે બેસીને હંસલે માનવીની ભાષામાં ગીત ઉપાડ્યું -

ફૂલસોદાગરની અસતરી ને
એના ફૂલવંતી નામ જો,
વાલ્યમ જાય વિદેશમાં
પાળે ધરતીવંતા નીમ જો.

એંધાણી દીધી સતીએ સ્વામીને

બોલ્યાં હંસી ને કૈં હંસ જો,
આજ પૂનમ કેરી રાતડી ને
ઘેરે હોય સતીના કંથ જો,
ઓધાન રે'શે રાજતેજનાં
મોઢે મોતીડાં વેરાય જો.
સ્વામીને તેડી હંસો ઊડિયો
આવ્યા સતીને દુવાર જો,
માઝમ રાતનાં મનડાં મલિયાં ને
રોપ્યાં રાજેસરનાં બીજ જો.

ચોથે તે પોર સ્વામી ચાલિયા ને
ભૂલ્યા અસતરીનાં વેણ જો,
ભૂલ્યા માતાને મોં દેખાડવા ને
ચડિયાં સતીને કલંક જો.

નણદીએ મેલ્યાં વનરાવનમાં
જોગન બાળે બેઠી વેશ જો,
નવમે તે માસે કુંવર જનમિયા ને
માતા સૂતી મૂર્છામાંય જો.
ચોર્યા પૂતર ને પેઠી મો'લમાં
ડાકણ કઠિયારણનાં કામ જો.
રાણીને નાખી ઊંડા નીરમાં
પંડે લીધાં રાણી-વેશ જો.
જંગલમાં જાગી જોવે માવડી.
એનો કુંવરિયો ખોવાય જો,
સમદર બૂરન્તાં સતીને ઝીલિયાં

રાખ્યાં નાગ-ભુવન મોજાર જો.
પહોંચ્યા પૂતર કેરાં દેશમાં
રાંડે ભંડાર્યાં ભોં માંય જો,
સોદાગર હાર્યો માળા શંખની
બૂડી સમદરને પાતાળ જો.
હંસે એંધાણી સતીની ઓળખી
આવી મેલી તરુવર ડાળ્ય જો,
માળા દેકીને મનડાં મોહિયાં.
કુંવર પે'રી પામ્યા સુખ જો.
સોદાગર આવે સતીને ગોતવા
માળા દીઠી કુંવર-કંઠ જો,
બેટો ભાળીને હૈયાં ઊમટ્યાં
કો'ને સમસ્યા નો સમજાય જો.
પિતાને પૂર્યા તમે કેદમાં
જઈને પૂછો શાણા રાય જો,
સત રે ધરમ તમારી માતનાં
એની પંખી પૂરે શાખ જો."

એટલું ગાઈને હંસલો ઊડી ગયો.

દેવવાણી! દેવવાણી! દેવવાણી! એમ નગર ગાજી ઊઠ્યું. કારાગૃહમાં જઈને રાજતેજ બાપને પગે પડ્યો. દેવડીએ નોબતો ગગડી.

[૧૧]

દીકરો સાંપડ્યો તો યે સોદાગરને જંપ નથી. અરેરે, મારી દુખિયારી ફૂલવંતી ક્યાં હશે? એના વગર જનમારો કેમ જાશે?

ફૂલવંતી રાજમહેલમાં છે એવી જાણ કોઈએ રાજ-બાપુને દીધી નથી. બેશુદ્ધ ફૂલવંતીને દરિયા-મહેલમાં પોઢાડીને દાસ-દાસીઓ સુગંધી પંખા ઢોળે છે.

એમ કરતાં સતીને મૂરછા વળી. દીકરો જઈને માની બાથમાં સમાણો. દીકરે માતાને બાપનીયે વાત કરી. પણ બાપુને માતાના સમાચાર કોઈએ ન કીધા.

બાપુની થાળીમાં રોજ બત્રીસ જાતનાં ભોજન ને તેત્રીસ જાતનાં શાક મેલાય. ચમેલીનાં ફૂલ જેવા ચોખા પીરસાય. આહાહા! આવું રાંધણું આજ બાર - બાર વરસે દીઠું. અરે અન્નદેવતા! આ રસોઈનું કરનારું કોણ? આજ મારો કોઠો ઠરીને હિમ કાં થાય? આજ પૂર્વજનમના પડઘા કાં પડે?

રોજ રોજ સોદાગર ઊંધું ઘાલીને જમે. પણ આજ એણે ઊંચે જોયું. પિરસનારીની આંખો સાથે આંખો મળી. બાર બાર વરસનાં દુઃખનાં પડ વીંધીને સ્વામીનાથે સતીનું મોંઢું ઓળખ્યું. હાથ ઝાલી લીધાઃ "બોલ, તું કોણ?"

સતીથી બોલાણું નહિ. સુખનાં આંસુડાં રેડતી સ્વામીનાથને ચરણે પડી. બાર વરસે આંસુડે પગ પખાળ્યા અને વેણીએ પગ લૂછ્યા.

"હે સ્વામીનાથ!" સતી બોલીઃ "આવાં એકલપેટાં સુખ શે સહેવાય! ક્યાં માતા. ક્યાં બેનડી! જાઓ, ઝટ તેડી આવો. મને પાપ બેસે છે!"

હા! હા! હા! દીકરાને મા સાંભરી. બારેય નૌકાના શઢ ચડાવ્યા. ગામને માથે મંડાણો. "હલેસાં! હલેસાં! ખલાસીઓ, ઝટ હલેસાં મારો! મા ઝૂરતી હશે!"

એક, બે, ત્રણ દી ગયા ત્યાં બંદરના બારામાં બાર વહાણ દાખલ! ઘરને આરે જ્યાં બાર બાર ઘંટડીઓ વાગતી સંભળાણી ત્યાં તો જનેતાએ રણકાર પારખ્યો.

એ મારો બેટડો આવ્યો! મારાં પેટ આવ્યાં! મારે સાત પેઢીઓ ઉજાળણહાર આવ્યો!

એવા હરખના ઉમળકા ઠાલવતી, ઠેબાં લેતી, પડતી આખડતી, બુઢ્ઢી જનેતા ઘાટને માથે દોડી. દીકરે માને માંડ માંડ ઓળખી.

"અ ર ર ર! માડી! આવા દેદાર! આ તને શું થયું?"

ડળક! ડળક! ડળક! માવડીની બેય આંખે ધારોડા હાલ્યા.

"દીકરા, આજે તને મોઢું શું દેખાડું? ઘરની લખમીને અમે રણવગડે..."

એટલું કહેતાં ગળે ડૂમો દેવાઈ ગયો.

"મા! મા! ફિકર નહિ. ભગવાને એનાં રખવાળાં કર્યાં છે."

એમ કહીને, ઘાટ ઉપર પાટિયું નાખી, માતાને વહાણ પર લઈ લીધી. બારેય વહાણનાં મોઢાં ફેરવીને રાજનગરી માથે વહેતાં મૂક્યાં. ત્યાં તો ખૂંધાળી બહેન ઘાટે દેખાણી. 'મને તેડાતો જા! મને તેડાતો જા!' એવી ચીસેચીસ દેવા માંડી. માથાં પછાડ્યાં. દરિયામાં ખાબકી. એક મગરમચ્છ આવીને એને ગળી ગયો.

રાજનગરીમાં તો ધામધૂમનો પાર ન રહ્યો. ખાધું, પીધું ને રાજ કીધું.

નોંધ

1. આ ગીત નવું રચીને મૂકેલ છે. - લેખક

ડોશીમાંની વાતો

૧. સાચો સપૂત

રાજમહેલમાં રાણી એક દિવસ બેઠેલી. એની આંખોમાંથી આંસુ ચાલ્યાં જતાં હતાં.

રાજાજી આવી ચડ્યા. પૂછ્યું કે, "રાણીજી, રોવું શીદ આવે છે?"

રાણી બોલ્યાં : "જુઓ, સામેના ગોખલામાં ચકલા-ચકલીનો માળો જોયો? એ માળામાં બે બચ્ચાં છે. ચકલો બેઠો બેઠો જોયા કરે છે."

રાજા પૂછે છે: "એ ચકલી બચ્ચાંને શા માટે મારે છે?"

રાણી બોલ્યાં: "ચકલાંની સગી મા મરી ગઇ છે. આ ચકલી તો એની નવી મા છે."

"તેથી તમને શું થયું?"

રાણી કહે: "રાજાજી, હું મરી જઇશ, પછી મારાં બચ્ચાંની પણ આવી દશા થશે, એવું મનમાં થાય છે; માટે મને રડવું આવ્યું."

રાજા કહે: "ઘેલી રાણી! એવું તે કંઇ બને? હું શું એ ચકલા જેવો નિર્દય છું?"

રાણી કહે: "રાજાજી, વાત કરવી સહેલી છે."

રાજાએ રાણી આગળ સોગંદ ખાધા કે 'ફરીવાર કદી હું પરણીશ જ નહિ.'

રાણી માંદાં પડ્યાં. મરવું હતું તે દિવસે રાજાને પડખે બેસાડીને રાણી કહે કે, "તમારો કોલ સંભારજો હો! મારાં કુંવરકુંવરીની સંભાળ રાખજો." એટલું બોલીને રાણી મરી ગયાં.

રાજાએ પંદર દિવસ શોક પાળ્યો. મોટાં મોટાં રાજની કુંવરીઓનાં કહેણ આવ્યાં. રાજાજીએ પરણી લીધું.

નવી મા ઘરમાં આવી. રાણી રાજાના કાન ભંભેરવા લાગી. રાજાજી તો પોતાનું વચન વીસરી ગયા. કુંવર અને કુંવરીનાં દુઃખનો પાર ન રહ્યો.

ભાઇ-બહેન જ્યારે બહુ જ મુંઝાયા ત્યારે શું કરે? રાજમહેલમાં એનો એક રખેવાળ હતો; એનું નામ ભૈરવ. ભાઇ-બહેન એ ભૈરવભાઇની પાસે જઇને બેસે અને આંસુ ખેરે.

રાણીએ રાજાના કાન ભંભેર્યા. બીજે દિવસે ભૈરવભાઈની નોકરી તૂટી ગઇ. કુંવર-કુંવરીને છાતીએ ચાંપીને ભૈરવ ખૂબ રોયો. પછી ચાલી નીકળ્યો.

એમ કરતાં થોડાંક વરસો વીત્યાં.

એક દિવસ મધરાત હતી. તે વખતે રાણીના ઓરડામાં એક બુઢ્ઢો પુરૂષ ઊભેલો. એ પુરુષ રાજાનો વજીર હતો. બેય જણાં શી વાત કરતાં હતાં?

રાણી કહે: "જુઓ, આ હીરામાણેકનો ઢગલો. તમારે જોઇતો હોય તો મારું એક કામ કરો."

વજીર કહે: "શું કામ?"

રાણી કહે:"ખૂન."

વજીર કહે:"કોનુ?"

રાણી કહે:"રાજકુમારનું."

વજીર તો ચમકી ઊઠ્યો ને બોલ્યો કે 'અરેરે! રાણી માતા! એ કુંવરને તો મેં મારા બે હાથે રમાડ્યો છે. એ જ હાથે હું એને મારું?"

રાણી બોલી: "નહિ મારો તો હું તમારો પ્રાણ લઇશ." ધ્રૂજતો ધ્રૂજતો વજીર બોલ્યો: "શી રીતે મારું?" રાણી કહે: "આ કટારથી."

વજીર ધ્રૂજી ઊઠ્યો. એ બોલ્યો કે "ના,ના કટાર મારતાં મારો હાથ થરથરે. હું એને ઝેર પાઇને મારીશ."

રાજકુમારી આ વાત સાભળી ગઇ. એ તો દોડતી જંગલમાં ગઈ. ત્યાં એક શંકરનું દેવળ હતું. રાજકુમારી શંકરની સ્તુતિ કરવા લાગી.

ત્યાં તો એક પુરુષ ત્યાં આવી પહોંચ્યો. એનું મોઢું બહુ વિકરાળ. માથે મોટા મોટા વાળ. લાંબી દાઢી અને રાતી રાતી આંખો. રાજકુમારી તો દોડીને એને વળગી પડી ને બોલી: "ભૈરવભાઈ, ઓ ભૈરવભાઈ!"

એ પુરુષ પૂછે છે કે "અરે છોડી, તું કોણ છો? તું મને ઓળખતી નથી? હું તો આ જંગલનો બહારવટીયો છું. તને મારી બીક નથી લાગતી."

રાજકુમારી બોલી: "ના! તું ખોટું બોલે છે, તું તો મારો ભૈરવભાઈ. પાંચ વરસ પહેલાં અમે ભાઇ-બહેન તારા ખોળામાં રમતાં તે તું ભૂલી ગયો, ભૈરવભાઈ?"

ભૈરવ ગળગળો થઇ ગયો. એણે પૂછ્યું: "બહેન, ભાઈ કયાં છે? એને કેમ છે?"

રાજકુમારી રોઇ પડી ને બોલી કે "ભાઇને તો આજ આ મંદિરે લાવીને મારી નાખશે."

બધી વાત સાંભળીને ભૈરવ મંદિરમાં સંતાયો. રાત પડી ત્યાં રાજકુમારને લઇ વજીર આવી પહોંચ્યો.

વજીર કહે: "રાજકુંવર, લ્યો આ શરબત પી જાવ."

રાજકુંવર બોલ્યો: "વજીરજી, હું જાણું છું કે એ શરબત નથી, ઝેર છે. છતાં લાવો પી જાઉં."

એમ કહીને રાજકુંવર પ્યાલો હોઠે માંડે છે, ત્યાં તો વજીરે પ્યાલો ઝૂંટવી લીધો ને પોતે પી ગયો. વજીરને ઝેર ચડ્યું. જમીન પર એ પડી ગયો.

મરતાં મરતાં બોલ્યો કે "રાજકુંવર, અહીંથી પરદેશ ભાગી જજો; નહિ તો તમારો પ્રાણ જશે."

રાજકુંવર અને ભૈરવ મળ્યા. ત્રણેય જણાં પરદેશ ઊપડ્યાં. રસ્તામાં રાત પડી. ઉજ્જડ જંગલ હતું. બહેન-ભાઇના પગમાં કાંટા વાગતા જાય છે, શરીરે ઉઝરડા પડે છે, ભૈરવની આંગળીએ વળગીને બેઉ ચાલ્યાં જાય છે.

એવામાં વરુઓનું એક ટોળું દોડતું આવે છે. ભૈરવભાઈ પાસે એક તલવાર. પણ એકલો કેટલાં વરુને મારી શકે? પછી એણે કહ્યું: "તમે ભાઇ-બહેન ભાગો. મને એકલાને મરવા દો."

પોતાની તલવારથી ભૈરવે પોતાનાં શરીરમાંથી માંસના લોચા કાપ્યા, કાપી કાપીને વરુઓનાં મોં આગળ ફેંકતો જાય ને ભાગતો જાય. વરુઓ માંસ ખાવા રોકાય, ત્યાં ત્રણે જણાં આઘાં આઘાં નીકળી જાય. વળી વરુઓ દોડતાં દોડતાં આવી પહોંચે. ફરી વાર ભૈરવ પોતાનું માંસ કાપીને નાખે. એમ કરતાં ભૈરવે આખું શરીર વરુને ખવરાવ્યું અને રાજકુંવર તથા રાજકુંવરી દૂર દૂર નીકળી ગયાં.

સવાર પડ્યું. એક મોટી નગરી આવી. એ નગરીના રાજાએ એક મોટું મંદિર બંધાવેલું. પણ મંદિર ઉપર સોનાનું ઈંડું ચડાવવું હતું તે કેમેય ચડે નહિ. રાજાને બ્રાહ્મણો કહે કે 'કોઇ બત્રીસલક્ષણા માણસનો ભોગ આપો.'

રાજકુંવર ત્યાં આવી ચડ્યો. બ્રાહ્મણો કહે: 'આ જ બત્રીસલક્ષણો માણસ, આપી દ્યો એનો ભોગ.'

રાજકુંવર કહે: 'મને મારો છો શા સારુ? જીવતો રહીને જ હું એ ઈંડું ચડાવી દઇશ." એમ કહીને એણે દોરી ખેંચી. ઈંડું વાકું હતું તે સીધું થઇને ચડી ગયું. માણસો વાહ વાહ કરવા લાગ્યાં.

ભાઇ-બહેન ત્યાંથી આગળ ચાલ્યાં. ચાલતાં ચાલતાં બીજી એક નગરી આવી. તે દિવસે તે નગરીની રાજકુંવરીનો સ્વયંવર થતો હતો. દેશ-દેશના રાજાઓઓ ભેગા થયા હતા.

બહુ મોટી સભા ભરાયેલી. બધા રાજાઓ વચ્ચે હાથણી પર બેસીને રાજકુંવરી આવી પહોંચી. હાથણીની સૂંઢમાં કળશ ભર્યો હતો. રાજાજીએ હાથણીને કહ્યું કે: "હે દેવી! જે રાજાની ઉપર તું કળશ ઢોળીશ તેને મારી દીકરી પરણાવીશ ને અરધું રાજપાટ આપીશ."

હાથણી આખી સભામાં ફરી વળી. પણ કોઇના ઉપર એનું મન ઠર્યું નહિ. ચાલતી ચાલતી હાથણી મંડપની બહાર ગઇ, ત્યાં એણે કળશ ઢોળ્યો. કોના ઉપર? એક ભિખારી જેવા છોકરા ઉપર. આ છોકરો તે આપણો રાજકુમાર.

બધાય બોલી ઊઠ્યા: "હાથણી ભૂલી. હાથણી ભૂલી. આ ભિખારીની સાથે રાજકુમારી કંઇ પરણે ખરી કે?

બધા કહે કે 'હાથીને બોલાવો'.

હાથી ઉપર ચડીને રાજકુમારી આવી. હાથી પણ આખા મડપમાં ફરીને બહાર ગયો. પેલા રાજકુંવરને ભિખારી માનીને આઘો કાઢી મૂકેલો; હાથી ત્યાં પહોંચ્યો, ને એના ઉપર કળશ ઢોળ્યો.

રાજકુમારી પોતાના બાપને કહે: "બાપુ, મારા નસીબમાં ગમે તે માડ્યું હોય, હું તો એ ભિખારીની સાથે જ પરણવાની. બીજા મારા ભાઇ-બાપ."

પછી બેઉ પરણ્યાં. રાજકુંવર અર્ધા રાજપાટનો ધણી બન્યો છે, અને લીલા લહેર કરે છે.પોતાની બહેનને એણે એ રાજાના ભાઈ વેરે પરણાવી છે.

પણ રાજકુમારના મનમાં સુખ નહોતું. એને એનો દેશ સાંભરતો. પોતાના બુઢ્ઢા બાપુ સાંભરતા. કોઇ કોઇ દિવસ એની આંખમાં પાણી આવતાં. પછી એણે પોતાના સસરાની રજા માગી; કહ્યું કે છ મહિને પાછો આવીશ. રાજાએ

દીકરીને તૈયાર કરી બાર ગાઉમાં ગાડાં ચાલે તેટલો કરિયાવર દીધો. હાથીઘોડા દીધાં ડંકાનિશાન દીધાં. આખો રસાલો લઇને કુંવર રાણી સાથે બાપને ગામ ચાલ્યો.

આંહીં તો બાપ બુઢ્ઢા થઇ ગયા છે. કુંવર અને કુંવરી ચાલ્યાં ગયાં ત્યારથી એને ઠીક લાગ્યું નહોતું. રાણી એને રીઝવ્યા કરે; પણ દેવનાં બાળક જેવાં પોતાનાં બે છોકરાંને કાંઇ ભુલાય? રાજા તો ઝૂરી ઝૂરીને રાતદિવસ કાઢે. રાણી ઘણું ય મનાવે, છોકરાંનાં વાંકાં બોલે, પણ રાજાનું મન માને નહિ. એણે રાણી સાથે અબોલા લીધા.

રાજ્યના કામમાં રાજાનું મન ઠરતું નહિ. આખો રાજકારભાર બગડ્યો. સારા માણસો ભાગી ગયા. ખરાબ માણસોનું જોર વધ્યું. ખજાના ખાલી થયા, પરદેશના રાજાએ લૂંટી લૂંટીને રાજને ટાળી નાખ્યું.

રાજાજી તો ઝંખે કે 'ક્યાં હશે મારાં કુંવર અને કુંવરી? એને કોણ ખવરાવતું હશે? કોણ સુવાડતું હશે?'

એક દિવસ સાંજ પડી. આકાશમાં ધૂળના ગોટેગોટા ઊડે છે. ચાકરો આવીને કહે કે, કોઇ પરદેશી રાજા ચડી આવે છે, એની સાથે અપરંપાર સેના છે.

રાજાની પાસે સેના નહિ, હથિયાર નહિ. રાજા શું કરે? મોઢામાં ખડનું તરણું લીધું, હાથમાં અવળી તલવાર ઝાલી અને એ તો પરદેશી રાજાને શરણે ચાલ્યો.

પરદેશી રાજાએ આ જોયું. જોતાં એ સામો દોડ્યો. દોડીને બુઢ્ઢા રાજાના પગમાં પડી ગયો ને બોલી ઊઠ્યો: "બાપુ, બાપુ, મને પાપમાં કાં નાખો?"

રાજાએ કુંવરને ઓળખ્યો. કુંવરને છાતી સાથે દાબીને રાજાજી ખૂબ રડ્યા. કુંવરની આંખોમાં ય આંસુ માય નહિ.

ગાજતેવાજતે બધાં નગરમાં ગયાં. કુંવરને જોવા આખું ગામ જાણે હલકી ઊઠ્યું.

નવી માને ખબર પડી. એના પેટમાં ફાળ પડી. એણે તાંસળી ભરીને અફીણ ઘોળ્યું. જ્યાં મોઢે માંડવા જાય છે ત્યાં તો કુંવર પહોંચ્યો. તાંસળી પડાવી લીધી. માના ખોળામાં માથું મેલીને કુંવર ખૂબ રડ્યો. માનું હૈયું ઊભરાઈ આવ્યું. મા માફી માગવા મંડ્યા. કુંવર કહે: "માડી! કંઇ બોલો તો તમને ઇશ્વરની આણ."

કુંવર ગાદીએ બેઠો. રાજારાણી વનમાં તપ કરવા ગયાં. રાજ આખું આબાદ થયું. ખાધું પીધુંને રાજ કીધું.

૨. સોનાની પૂતળી

એક હતી રાજકુમારી. એનું નામ હીરા. પોતે બહુ રૂપાળી. પોતાનાં રૂપનો એને બહુ જ અહંકાર. કોઇની વાત સાંભળે નહિ, મનમાં આવે તેમ કરે અને રાતદિવસ શણગાર સજ્યા કરે.

એને સાત સખી હતી. એક સખી અંબોડો બાંધી આપે, બીજી સખી હાથપગ ચીતરી આપે, ત્રીજી સખી શણગાર સજી આપે, ચોથી સખી અરીસો ધરીને ઊભી રહે, પાંચમી પંખો ઢાલે, છઠ્ઠી વાજું વગાડે અને સાતમી નાચ કરે. સાતે જણી મળીને હીરાને મોઢે હીરાના વખાણ જ કર્યા કરે.

પહેલી સખી કહે: "આહા, કુંવરીબા તો જાણે કંચનની પૂતળી."

બીજી બોલે કે: "વાહ, એનો રંગ તો જાણે ચોખ્ખા સોના સરખો."

ત્રીજી ટાપસી પૂરે કે: "આહા! બાનું નાક તો જાણે બંસી."

ચોથી ચડાવી મારે કે: "અરે, બાની આંગળી તો અસલ જાણે ચંપાની કળી."

અને પાંચમી બોલે કે: "બહેન! તમારી આંખો તો બરાબર હીરાના જ કટકા."

આવું આવું સાંભલીને કુંવરીબા તો મદમાં ને મદમાં ફુલાયા કરે.

એનો મદ તો એટલો બધો ચડ્યો કે પછી પરીઓથી સહેવાયું નહિ. પરીઓને મનમાં થયું કે આને કંઇક શિખામણ દેવી જોઇએ.

સોનાના અરીસા સામે ઊભી ઊભી રાજકુમારી પોતાનું મોઢું જોતી હતી. ત્યાં તો અચાનક અરીસામાં કોઇનું મોઢું દેખાયું. પાછી ફરીને કુંવરી જુએ

ત્યાં તો એક પરી ઊભેલી. પરી બોલી: "હીરા, તું બહુ રૂપાળી છો, પણ એટલો મદ રાખ નહિ. એથી તારું સારું નથી થવાનું."

રાજકુંવરી કહે: "મારું રૂપ તારાથી દેખી શકાતું નથી, એટલે જ મારી સાથે વઢવાડ કરવા આવી લાગે છે, ખરું ને?"

પરી કહે: "ના, જેને આટલો બધો અહંકાર હોય, તેનું સારું થાય જ નહિ; માટે હું તો તને ચેતવવા આવી છું, બહેન!" આટલું બોલીને પરી ચાલી ગઇ.

પછી તો હીરાનો મદ ક્યાંય માય નહિ. એના મનમાં એમ થયું કે હું એટલી બધી રૂપાળી કે પરીઓ પણ મારી અદેખાઇ કરે!

હીરાની પાસે ઘેરો વળીને સાત સખીઓ બેસે ને એનાં ખોટેખોટાં વખાણ કરે!

એક જણી કહે: "કુંવરીબાના હોઠ તો અસલ પરવાળા જેવા જ!"

બીજી બોલે: "બાના દાંત તો જાણે અસલ મોતી!"

બધી વાતો સાંભળીને હીરા તો હસ્યા જ કરે.

એકાએક એક સખી બોલી: "અરે આ શું! બાના દાંત સાચેસાચ મોતી જેવા કેમ લાગે છે?"

વાત ખરી હતી. રાજકુંવરીનાં રાતા મોઢાંની અંદર એકે ય દાંત ન મળે. દાંતને બદલે ગોળ ગોળ મોતીની બે હાર ચળક ચળક થાય છે. સખીઓ સમજી ગઇ કે આ કામ પેલી પરીનું હશે. એને મનમાં ફાળ પડી, પણ રાજકુમારીને મોઢે કોઇ બોલ્યું નહિ. હીરા તો બહુ રાજી થઇ. એણે વિચાર્યું કે 'ખાવા પીવામાં લગાર અડચણ તો આવશે, પણ એની કંઇ ફિકર નહિ, મોતીના દાંત તો નસીબદારને જ મળે.'

એક દિવસ સવારે હીરા પથારીમાંથી ઊઠતી નથી. એની સાત સખીઓ ઉઠાડે છે. પણ હીરા તો પડખું ફેરવીને કહે છે કે, "ઓહો, હેરાન કરો મા બાપુ, અત્યારમાં ઊઠીને શું કરવું છે?"

સખીઓ કહે: "તમને અત્યાર લાગે છે. પણ જુઓ તો ખરાં, કેટલું ટાણું થઇ ગયું છે?"

હીરા કહે: "કાં, હજી તો અંધારું છે!"

સખીઓને લાગ્યું કે હીરા ઊંઘમાં ને ઊંઘમાં આમ બોલે છે. એટલે એને ઢંઢોળીને કહ્યું: "આમ જુઓ તો, તડકા કેટલા બધા ચડી ગયા છે!"

ત્યાર પછી હીરાના પેટમાં ફાળ પડી. એ તો આંખો ઉઘાડીને જોતી હતી, પણ અજવાળું જ દેખાતું નહોતું. બે હાથે આંખ ચોળી ફરીથી જોયું, તો ય અંધારું ઘોર! હાય,હાય, એ આંધળી બની ગઇ હતી!

રાજાના મહેલમાં તો પોકાર થઇ ગયો. વૈદ્યને બોલાવવા માણસો દોડ્યાં.

વૈદ્ય આવીને જુએ ત્યાં તો આંખો એવી ને એવી જ. ઊલટી વધુ ચકચક થતી હતી. કેમ જાણે આંખો સળગી ઊઠી હોય ને! વૈદ્યે આંખો ઉપર ધીરે ધીરે ફૂંક મારી; પણ હીરાની આંખ જેમ હતી તેમ જ રહી; બિડાઇ ન ગઇ. પછી વૈદ્યે આંખમાં આંગળી નાખી તો યે આંખો હલીચલી નહિ. પછી અંદર છરી ઘોંચી. પણ આંખ ઉપર છરીનો ડાઘ પણ પડ્યો નહિ. આંખોને બદલે હીરાના બે કટકા બની ગયા છે!

આંખો ગઇ, એટલે પહેલાં તો રાજકુંવરીને બહુ વસમું લાગ્યું. પણ સાત સખીઓ કહેવા લાગી કે, "એમાં શું થઇ ગયું? તમે ભાળશો નહિ તો અમે તમારું બધું કામ કરી દેશું. પણ તમારી આંખો કેવી રૂપાળી બની ગઇ છે! એની શી વાત કરવી, બા?" રાજકુંવરી બહુ રાજી થઇ. એને તો રૂપાળા થવું હતું! બીજી કાંઇ વાત નહિ.

વળી એક દિવસ સવારે ઊઠીને હીરા બોલવા જાય, પણ બોલાયું નહિ. ફરી વાર વૈદ્ય આવ્યા. ખૂબ તપાસીને વૈદ્ય બોલ્યા કે, "કુંવરીબાની જીભ અને હોઠ બધાંય પરવાળાંનાં બની ગયાં છે."

મૂંગાં થવું એ તો ખરેખર બહુ જ વસમું, પણ સાત સખીઓ હીરાને કહેઃ "રાતા રાતા પરવાળાના હોઠની અંદર મોતીના દાણા જેવા દાંત કેવા શોભીતા લાગે છે! તમારા જેવી સુંદરી હવે તો આખા જગતમાં ન મળે."

ધીરે ધીરે રેશમ જેવા કાળા એના વાળ પણ સાચેસાચ રેશમના જ થઇ ગયા, એની આંગળીઓ પણ ચંપાની કળીઓ બની ગઇ. પછી પરીઓએ વિચાર્યું કે ચાલો, ફરીવાર હીરાની પાસે જઇએ. હવે કદાચ એનો મદ ઊતરી ગયો હશે.

સોનાના આસન ઉપર હીરા બેઠી છે. સાત સખીઓ એને વીંટળાઈ વળી છે. એ વખતે પરીએ આવીને હીરાને પૂછ્યુંઃ "હીરા! હવે તને કાંઇ અક્કલ આવી કે? તારો ગર્વ ઊતર્યો કે? બોલ, મને જવાબ દેવો હશે તો તારાથી બોલી શકાશે."

ક્રોધમાં હીરાનું મોઢું રાતુચોળ થઇ ગયું. રાડ પાડીને હીરા બોલીઃ "હું કદી યે તારી પાસે હાર કબૂલ કરવાની નથી. મારા મહેલમાંથી હમણાં જ ચાલી જા!"

પરી કહેઃ "ઓહો હજી યે આટલો મદ? ઠીક, તને બધાં ય કંચનની પૂતળી કહીને બોલાવે છે; તો હવે સાચેસાચ તું કંચનની પૂતળી બની જા!"

ત્યાં તો જોતજોતામાં રાજકુંવરીનો રંગ સોના જેવો થઇ ગયો ને આખું શરીર ચળક ચળક થવા માડ્યું. ધીરે ધીરે એના હાથ પગ કઠણ બની ગયા. હીરા સોનાની પૂતળી બની ગઇ.

રાજમહેલમાં, એક સૌથી સુંદર ઓરડાની અંદર એ સોનાની પૂતળીને બેસાડી રાખી. એને જોઇને બધાંયને બીક લાગતી. પછી એ દેશમાં માણસો અભિમાન કરતાં જ મટી ગયાં.

૩. મયૂર રાજા

એક હતો રાજા અને એક હતી રાણી. એને બે નાના દીકરા હતા. થોડા વખત પછી એને એક રૂપાળી કુંવરી અવતરી. દેશના મોટા મોટા માણસોને અને બધી પરીઓને બોલાવી રાજારાણીએ કુંવરીનું નામ પાડ્યું મણિમાળા. બધાં જવા લાગ્યાં તે વખતે રાણીએ પરીઓને પૂછ્યું કે, 'મારી દીકરીનું નસીબ કેવું છે?' પરીને આ વાત કહેવાનું મન નહોતું. પણ રાણીએ બહુ જ આજીજી કરી. રાણી કેમે ય જાવા દે નહિ. એટલે પરીઓએ કહ્યું કે, 'તમારી કુંવરીને લીધે તમારા દીકરાઓને માથે બહુ દુઃખ પડશે. કદાચ એ મરી યે જાય.' રાણી તો આ વાત સાંભળીને કલ્પાંત કરવા લાગી. પણ એણે કોઈને કાંઈ કહ્યું નહિ.

ત્યારથી રાણી બરાબર ખાય નહિ, પીએ નહિ. છાનીમાની બેસી રહે.

રાજા કહેઃ "રાણીજી, બોલો શું થયું છે તમને? મોઢું કેમ ઊતરી ગયું છે?"

રાણી ખોટું ખોટું કહે કે, "તળાવમાં નહાવા ગઈ'તી ત્યાં એક જોડ હીરાની બંગડી પાણીમાં પડી ગઈ."

રાજાજી કહેઃ "બસ, આ જ વાત છે? બોલાવો સોનીને અને ઘડાવો બીજી છ જોડ હીરાની બંગડી."

છ જોડ હીરાની બંગડી ઘડાવી, તો યે રાણીજી ખાય નહિ, પીએ નહી, રાતે પાણીએ રોયા કરે.

રાજા કહેઃ "રાણીજી, વળી શું થયું?"

રાણી કહેઃ "બગીચે ફરવા ગઈ'તી ત્યાં કાંટા ભરાણા ને સોનેરી સાડી ફાટી ગઈ."

તરત જ રાજાએ હુકમ દીધો કે, "બીજી પચાસ મણિમોતી- જડેલી સાડીઓ કરાવો." પચાસ સાડીઓ આવી.

તો ય રાણી ખાય નહિ, પીએ નહિ : ડળક ડળક રોયા કરે. રાજાજી કહે: "રાણીજી, ખરેખર તમે કંઈ વાત સંતાડી રાખી છે. સાચું કહો, શું થયું છે?" રાણીએ પરીઓની વાત કહી બતાવી. સાંભળીને રાજાને ફાળ પડી. એણે કહ્યું કે "કુંવરીને મારી નાખીએ." રાણી તો છાતીફાટ રોતી રોતી બોલી: "ના ના, એ બને નહિ." પછી બેય જણાંએ નક્કી કર્યું કે જંગલમાં એક કિલ્લો બંધાવીને તેમાં મણિમાળાને રાખવી. રાજમહેલની પાછળ એક મોટું જંગલ હતું. ત્યાં મોટી મોટી દીવાલોવાળો એક કિલ્લો બંધાવ્યો, ને રાજકુંવરીને એમાં રાખી. રોજ સાંજે રાજા-રાણી બે કુંવરને લઈને કુંવરીને મળી આવે.

એમ કરતાં ઘણાં વરસ વીત્યાં. રાજારાણી મરી ગયાં, એટલે મોટો કુંવર ગાદીએ બેઠો છે. એક દિવસ એણે પોતાના ભાઈને કહ્યું, "બહેન મણિમાળા બિચારી બહુ દુઃખી થાય છે. નાનપણથી જ આ કિલ્લામાં એને શા માટે પૂરી છે? ચાલો આપણે એને અહીં લઈ આવીએ." એમ કહીને બન્ને જણા બહેનને તેડવા ચાલ્યા.

મણિમાળાનો આનંદ તો ક્યાંય માય નહિ. એને ભાઈઓ ઉપર ઘણું ઘણું હેત વછૂટ્યું. પછી ત્રણેય જણાં વનમાંથી રાજધાની તરફ ચાલી નીકળ્યાં.

રસ્તામાં કેટલાં કેટલાં ફળફૂલનાં ઝાડ ને કેવાં રૂપાળાં પંખી નજરે પડ્યાં! મણિમાળાએ તો એવાં પંખી કોઈ દિવસ જોયેલાં નહિ. જોઈ જોઈને મણિમાળા હસતી જ જાય ને પૂછતી જાય કે 'આ શું?' 'આનું નામ શું?' પોતાની ધોળી બિલાડીને પણ સાથે જ તેડી લાવી છે. એક ઠેકાણે એણે જોયું તો મોર કળા કરીને નાચી રહ્યો છે. એનાં સુંદર પીછાં સૂરજનાં તેજમાં ચળક ચળક થયા છે. મણિમાળા તો થંભીને ઊભી રહી. પછી બોલી: "ઓહો, કેવું રૂપાળું પ્રાણી! આ શું કહેવાય?" ભાઈઓ કહે: "એ એક જાતનું

પંખી. એનું નામ મયૂર." તરત જ મણિમાળાએ હઠ લીધી કે "આ મયૂર બહુ સુંદર. હું પરણું તો એ મયૂરોના જ રાજાને. બીજા બધા મારા ભાઈ-બાપ!"

એના ભાઈઓ કહે: "અરે બહેન, ગાંડીના જેવી વાતો કાં કરે? માનવી તે વળી પંખીની સાથે પરણે ખરાં? મયૂરોને તે વળી રાજા હોય? અને હોય તો પણ અમે એને ક્યાં ગોતવા જઈએ?" મણિમાળા તો એક જ વાત કહે કે 'પરણું તો એ પંખીના રાજાને જ પરણું."

ભાઈઓએ નક્કી કર્યું કે, ચાલો ત્યારે, મયૂર રાજાને ગોતીએ. બહેનને કહે કે, "બહેન, અમે જાશું મયૂર રાજાને ગોતવા. તું અહીં રહીને રાજપાટ સંભાળજે." પછી એ દેશના એક બહુ જ હુશિયાર ચિતારાની પાસે પોતાની બહેનની છબી ચીતરાવી. છબી એવી તો બની કે જાણે મણિમાળા પોતે જ બેઠી હોય ને! હમણાં જાણે એ આંખનો પલકારો મારશે અને એના હોઠ ફફડશે! છબી લઈને બન્ને ભાઈઓ મોરને દેશ જવા નીકળ્યા.

પણ ક્યાં આવ્યો હશે એ મોરનો દેશ? કોને ખબર? બેય જણા કેટલાં કેટલાં દેશ ભટક્યા, કેટલા કેટલા પહાડ વળોટી ગયા, કેટલા કેટલા વન વીંધ્યાં. પણ ક્યાંય પત્તો મળે નહિ. બેય ભાઈ રસ્તે ચાલતા વિચાર કરે છે કે મયૂરોનો રાજા નહિ મળે, તો તો આપણી બહેન પરણશે નહિ!

એટલામાં તો ભરરર! ભરરર! ભરરર! એવો અવાજ સંભળાયો. જુએ ત્યાં તો આકાશમાં ટીડડાંનાં ટોળેટોળાં ચાલ્યાં. એ કહે: "ભાઈઓ, આંહીં શું કામ આવ્યા છો?"

મોટો ભાઈ કહે: "મોર પંખીનો દેશ ક્યાં આવ્યો, ભાઈ?" ટીડ કહે: "ચાલો તમને એ દેશમાં લઈ જઈએ. પણ એ તો બહુ જ આઘે છે. તમારાથી પહોંચાશે?"

બેય ભાઈઓએ પોતાની બધી વાત કરી, એટલે ટીડ ભેગાં થયાં. એક ઝાડની ડાળ ભાંગી ને તેના ઉપર એ બે ભાઈઓને બેસાડ્યા, પછી ડાળ ઉપાડીને બે ભાઈઓને લઈને ટીડ મોર પંખીને દેશ ચાલ્યાં.

નેવું હજાર ગાઉ આઘે એ દેશ. ત્યાં જઈને જુએ તો ઠેકાણે ઠેકાણે મોર! ધરતી ઉપર મોર, આકાશમાં યે મોર; કોઈ મોર રમત કરે છે, કોઈ નાચે છે અને બધા ય એવા ટહુકાર કરે છે કે ત્રણ ગાઉ આઘેથી પણ એ અવાજ સંભળાય. મોર પંખીના દેશમાં તો આવ્યા, પણ એના રાજા આગળ શી રીતે જવાય? ટીડ બોલ્યાં કે, 'ચાલો, તમને રાજા પાસે લઈ જઈએ.'

રાજદરબારમાં જઈને જુએ ત્યાં તો, બરાબર માનવી જેવાં માનવી જ બેઠેલાં. એ માણસોનો પોશાક મોરપીછાંનો બનાવેલો. દેખાવ બહુ રૂપાળો. બધાયની અંદર વધુમાં વધુ સ્વરૂપવાન રાજા. રાજા સોનેરી મોર પર બેઠેલા. એને માથે મોરપીંછનો મુગટ ઝળહળી રહ્યો છે.

નાનો રાજકુંવર રાજાને નમસ્કાર કરીને બોલ્યો: "અમે આપને એક ચીજ બતાવવા આવ્યા છીએ." એમ કહીને પોતાની બહેન મણિમાળાની છબી રાજાની આગળ ધરી. છબી જોઈને મયૂર રાજા એટલા ખુશી થયા કે એ તો બોલવા મંડ્યા કે, "કેવું સુંદર! વાહ! કેવું સુંદર! માનવીને શું આટલું બધું રૂપ હોય?"

મણિમાળાના ભાઈ કહે: "આ અમારી પોતાની બહેનની જ છબી. આ મારા મોટાભાઈ છે. આપની જેમ એ પણ એક દેશના રાજા છે."

એ સાંભળીને મયૂર રાજાએ બેઉ ભાઈની બહુ જ મહેમાનગતી કરી. પછી તે બોલ્યા કે "પરણું તો આપની બહેનને જ પરણું. બીજી બધી મા-બહેન. પણ યાદ રાખો, જો તમારી બહેનનું રૂપ બરાબર આ છબી જેવું નહિ હોય તો હું તમને મારી નાખીશ."

ભાઈઓ કહે: "ભલે."

પછી બહેનને તેડવા પોતાના રાજમાં માણસો મોકલ્યા.

ત્રણ દરિયા વળોટીને મયૂર દેશનાં માણસો મણિમાળાને દેશ પહોંચ્યા. મણિમાળાને માટે એક સુંદર નૌકા સાથે લીધેલી. એ નૌકાની ચારે તરફ મોરનાં જ ચિત્રો. એમાં બેસીને મણિમાળા મોર પંખીના દેશ તરફ ચાલી નીકળી. સાથે પોતાની ધોળી બિલાડીને પણ લીધેલી. બીજી એક બુઢ્ઢી દાઈ અને એ બુઢ્ઢીની એક દીકરી પણ સાથે હતી.

નૌકામાં બેસી મણિમાળા વિચારે છે કે ઓહો! ક્યારે એ મોર પંખીના દેશમાં પહોંચું! બુઢ્ઢી દાઈના મનમાં થાય છે કે, 'મારી દીકરીને મયૂર રાજાની રાણી કેવી રીતે કરું!' બુઢ્ઢીના પેટમાં આવી દાનત હતી એની મણિમાળાને શી ખબર?

એક રાતે મણિમાળા સૂતી છે. એની સફેદ બિલાડી પણ એના પલંગ ઉપર સૂતેલી. એ સમયે બુઢ્ઢી દાઈ અને એની દીકરી બેઉ ઊઠ્યાં. બેઉ જણાએ રાજકુંવરીનો પલંગ ઉપાડ્યો ને નૌકામાંથી દરિયામાં મેલી દીધો. કોઈને ખબર પડી નહિ.

બીજે દિવસે નૌકા મોર પંખીના દેશ પહોંચી. રાજાજીએ પાલખી મોકલી. રસ્તામાં બેઉ બાજુ ઝાડ ઉપર હજારો મોર બેઠા બેઠા માથાં ઊંચાં કરીને જોઈ રહેલા કે ઓ કન્યા આવે! ઓ આપણા રાજાજીની રાણી આવે! એટલામાં ઝળક-ઝળક થતો પોશાક પહેરીને બુઢ્ઢીની દીકરી નૌકામાંથી ઊતરી.

બધા મોર તો જોઈ રહ્યા.

એક મોર બોલ્યો: 'શું જોઈને આ ડાકણે આવો રૂપાળો પોશાક પહેર્યો હશે?'

બીજો મોર બોલ્યો: 'અરેરે! આપણા રાજાજીની દાસી શું આટલી બધી કદરૂપી હશે?'

ત્રીજો મોર ચીસ પાડતો આવ્યો કે 'ભાઈઓ! એ જ આપણા રાણીજી!'

એ સાંભળીને બધા મોર 'કેહૂક, કેહૂક' કરતાં દુઃખની બૂમો પાડવા લાગ્યા.

બુઢ્ઢીની દીકરીને બહુ જ ખીજ ચડી. એ બોલી કે "પીટ્યાઓ! પહેલાં એક વાર મને રાણી થઈ જવા દો. પછી તમારી વાત છે."

કન્યાનું રૂપ જોવા મયૂર રાજા પણ આવ્યા. એણે તો કન્યાને જોઈ કે તરત એનું મોઢું રાતુંચોળ થયું. રાજા કહે કે "અરરર! મારી મશ્કરી! જાઓ, લઈ જાઓ એ બે ભાઈને બંદીખાનામાં; સાત દિવસ પછી ગરદન મારજો!"

રાજકુમારો તો કાંઈ યે ભેદ સમજ્યા નહિ અને અફસોસ કરવા લાગ્યા.

આ તરફ મણિમાળાનું શું થયું? એનો પલંગ તો તરતો તરતો ચાલ્યો. મણિમાળા અને એની બિલાડી બેઉ હજુ તો ઊંઘતાં હતાં. થોડી વારે બિલાડી જાગી. જુએ તો ચારે બાજુ પાણી! એ તો મ્યાંઉ મ્યાંઉ કરવા લાગી. પલંગની ચારે બાજુ મોટાં માછલાં વીંટળાઈ વળ્યાં, ત્યાં તો રાજકુંવરી પણ જાગી. જુએ તો ક્યાં નૌકા? ક્યાં એના માણસો? ક્યાં પોતે? પલંગ ઉપર એકલી એ પાણીમાં તણાતી જાય છે ને ચારે તરફ મોટાં માછલાં! એવાં મોટાં માછલાં કે આખા પલંગને ગળી જાય.

બે દિવસ સુધી પલંગ પાણીમાં તણાતો ગયો. છેવટે પલંગ એક મછવા સાથે ભટકાયો. મછવા ઉપર એક ડોસો બેઠેલો. હાથીદાંતની નકશીવાળા એ પલંગ ઉપર રેશમી પથારી અને એના ઉપર આવી દેવાંગના જેવી સ્ત્રીને જોઈને ડોસાએ એને મછવા ઉપર લઈ લીધી, ખાવાનું આપ્યું. મણિમાળા ખાઈપીને તાજી થઈ. એણે બધી વાત ડોસાને કહી. ડોસો કહેઃ "રડશો નહિ. આ એ જ મોર પંખીનો દેશ છે."

રાજકુમારી અને બિલાડી મછવામાં જ રહ્યાં.

રાજકુમારી રોજ બિલાડીને શહેરમાં મોકલે અને કહે કે 'રાજાની થાળી ઉપાડી લાવજે.'

બિલાડી રોજ દરબારમાં જાય. ખાવાની થાળી તૈયાર થાય, રાજાજી જમવા પધારે, ત્યાં તો બિલાડી થાળી ઉપાડીને પલાયન કરી જાય. મછવામાં જઈને ત્રણે જણાં એ ભોજન જમે.

એક દિવસ! બે દિવસ! રાજાજીનો થાળ રોજ ગૂમ થવા લાગ્યો. રાજાજીને નવાઈ લાગી. એક દિવસ રસોયો સંતાઈ ગયો. બિલાડી થાળી ઉપાડીને ભાગી, એટલે રસોયો પાછળ પાછળ ચાલ્યો; મછવામાં સંતાઈને જુએ ત્યાં તો બધો ભેદ સમજાયો.

રાજાજીને એણે બધી વાત કરી. રાજાજીએ ત્રણે જણાંને તેડાવ્યાં. આંખો રાતીચોળ કરીને પેલા બુઢ્ઢાને ધમકાવવા જાય ત્યાં તો એની નજર રાજકુમારી ઉપર પડી. રાજા હેબતાઈ ગયો. આ તો પેલી છબીમાં ચીતરેલી રાજકુમારી! અરે! છબીનાં કરતાં પણ કેટલું બધું રૂપાળું એનું મોઢું! ટગર! ટગર! રાજા જોઈ રહ્યો. રાજકુમારી હસતી હસતી અબોલ ઊભી રહી.

રાજા કહે: "બોલો કુમારી! કયો તમારો દેશ? શી રીતે આંહીં આવ્યાં?"

મણિમાળાએ બધી વાત કહી. રાજાએ બંદીખાના- માંથી રાજકુમારોને તેડાવ્યા. આજ બરાબર સાતમો દિવસ છે. રાજકુમારોએ જાણ્યું કે હાય! હાય! મરવાનું ટાણું થઈ ગયું, ત્યાં તો માણસોએ આવીને સલામ કરી. ગાડીમાં બેસાડીને રાજા પાસે લઈ ગયા. જઈને જુએ ત્યાં તો બહેનને દેખી! ત્રણેય ભાંડું ખૂબ રડ્યાં; પછી હસ્યાં.

મયૂર રાજા પણ ત્રણેય જણાંને પગે પડ્યો.

પછી તો ધામધૂમ સાથે મયૂર રાજા મણિમાળા સાથે પરણ્યા. અને પેલી બુઢ્ઢીની કદરૂપી છોડી ક્યાં? એ તો ક્યાંયે પલાયન કરી ગઈ.

૪. અજબ ચોર

એક હતો ચોર. એને એવું નીમ કે એક વરસમાં એક જ વાર ચોરી કરવી, બીજી વાર નહિ.

એક દિવસે એ ચાલ્યો ચોરી કરવા. રસ્તામાં એક નદી આવી ત્યાં એ બેઠો. એટલામાં એક વાણિયો નીકળ્યો. વાણિયાને બહુ તરસ લાગેલી. ખોબો ભરીને જ્યાં પાણી પીવા જાય ત્યાં તો ચોરને જોયો. વાણિયાના પેટમાં ફાળ પડી. પાણી પૂરું પીધા વિના એ ઊઠ્યો.

ચોર કહે : 'શેઠજી, પૂરું પાણી તો પી લ્યો !'

વાણિયો કહે : 'બસ ભાઈ, મારે વધારે નથી પીવું.'

ચોર કહે : 'શેઠ, તમે ભડકો મા. હું તમને નથી લૂંટવાનો. વિશ્વાસ રાખો, ને પાણી પી લ્યો. મારે તો મોટી ચોરી કરવાની છે.'

વાણિયે પાણી પીધું. ચોર કહે : 'શેઠ ! તમારી પાસે આ લાકડી છે, તે મને આપો. પૈસા દઉં.'

વાણિયાના મોઢા ઉપરથી લોહી ઊડી ગયું. એ બોલ્યો : 'ભાઈ, મારાથી લાકડી વિના હલાય નહિ. લાકડીને ટેકેટેકે તો હું હાલું છું. આંહીં વગડામાં બીજી લાકડી ક્યાંથી કાઢું ?'

ચોરે લાકડી ઝૂંટવી લીધી, અને એને ચીરી ત્યાં તો માંહેથી ચાર રત્નો નીકળ્યાં.

દાંત કાઢીને ચોર કહે : 'શેઠજી, તમને મેં અભયવચન દીધેલું, તો યે તમે મારી પાસે ખોટું બોલ્યા ! લ્યો તમારાં રત્ન. મારે એ ખપે નહિ, તમે ક્યે ગામ જાઓ છો ?

શેઠ કહે : 'ઉજેણી નગરી.'

ચોર કહે : 'ઉજેણીના રાજા વીર વિક્રમને એટલું કહેજો કે આજે રાતે હું ચોરી કરવા આવીશ, માટે હુશિયાર રહે.'

વાણિયાએ જઈને વીર વિક્રમને ખબર દીધા.

રાજા વીર વિક્રમ તો વિચારવા લાગ્યા કે ઓહો ! આવો બહાદુર ચોર કોણ હશે ? આ ચોર તો સામેથી સમાચાર મોકલાવે છે !

રાજાએ હુકમ કર્યો કે 'આજ રાતે હું એકલો આખા નગરની ચોકી કરવાનો છું, માટે બધા સિપાઈને રાતે રજા આપવી. કોઈએ આજ રાતે જાગવાનું નથી. નગરના માણસોને પણ કહેજો કે નિરાંતે સૂઈ જાય.'

રાજાજી તો દેવતાઈ પુરુષ હતા. એના વચન ઉપર બધાને વિશ્વાસ. રાત પડી. ચોકીદાર બધા પોતપોતાને ઘેર ગયા. ગામનાં માણસો પણ સૂઈ ગયાં. નગરના ગઢના દરવાજા દેખાઈ ગયા.

રાજાજી એકલા ચોરનો વેશ લઈને નગરની અંદર ગઢની રાંગે રાંગે ફરવા લાગ્યા. ફરતાં ફરતાં એક જગ્યાએ ઊભા રહ્યા. એને લાગ્યું કે આંહીંથી ચોર ઊતરશે. ત્યાં તો બહારથી પેલો ચોર ગઢ ઉપર આવ્યો. ચોરે જોયું કે અંદર એક આદમી ઊભો છે. એટલે તે પાછો ઊતરવા મંડ્યો. ત્યાં તો રાજાએ સિસોટી મારી. ચોર એકબીજાને જોઈને સિસોટી મારે તેવી જ હતી આ સિસોટી.

ચોર સમજ્યો કે આ કોઈ મારો જ ભાઈબંધ લાગે છે. એટલે એ અંદર આવ્યો. વિક્રમ રાજા કહે કે, 'ચાલ દોસ્ત, હું આ ગામનો ભોમિયો છું, તને સારાં ઠેકાણાં બતાવું.'

બન્ને જણા ચાલ્યા. ચાલતાં ચાલતાં એક શાહુકારનું ઘર આવ્યું. રાજાએ અંદર જવાનો રસ્તો બતાવ્યો. ચોર અંદર જાય, ત્યાં શેઠ-શેઠાણી ભર

ઊંઘમાં સૂતેલાં. ચોર થોડી વાર ઊભો ત્યાં ઊંઘમાં ને ઊંઘમાં શેઠાણી બોલ્યાં કે : 'કોણ એ, ભાઈ !'

આ સાંભળીને તરત ચોર બહાર નીકળ્યો. રાજાને કહે કે 'ચાલો, બીજે ઘેર. આંહી ખાતર નથી પાડવું.'

રાજા કહે : 'કાં ?'

ચોર બોલ્યો : 'શેઠાણીએ મને 'ભાઈ' કહ્યો. બહેનને તો કાંઈક દેવાય.' એમ કહી પાછો અંદર ગયો. પોતાની પાસે સોનાનો એક વેઢ હતો તે શેઠાણીની પથારીમાં મૂકી આવ્યો.

પછી બેઉ જણા બીજે ઠેકાણે પહોંચ્યા.

ચોર અંદર જાય ત્યાં શેઠાણી સૂતેલાં. ચોરનો હાથ એક મીઠાની ગુણ ઉપર પડ્યો. એના મનમાં એમ થયું કે આ શુકનની સાકર છે. એક એક ગાંગડો લઈને મોઢામાં મૂકે ત્યાં તો મીઠું. ચોર તરત બહાર નીકળ્યો.

રાજા કહે : 'કેમ થયું ?'

ચોર બોલ્યો : 'ભાઈ, આ ઘરનું લૂણ (મીઠું) મારા પેટમાં પડ્યું. મારાથી લૂણહરામ થવાય નહિ. ચાલો, બીજે ઘેર !'

રાજાને થયું કે 'આ તે ચોર કે સંત !'

ત્રીજે ઘેર ગયા; રાજાએ રસ્તો દેખાડ્યો. ચોર અંદર જઈને અંધારામાં હાથ ફેરવે ત્યાં એક જુવારના કોથળામાં એનો હાથ પડ્યો. ચોર બહાર નીકળ્યો ને રાજાને કહ્યું કે, 'ભાઈ, શુકન તો સારાં થયાં. જાર હાથમાં આવી. પણ જે ઘરમાં શુકન થયાં તે ઘરને કાંઈ લૂંટાય ? એ શુકન તો હવે ફળવાનાં. ચાલો, બીજે ઘેર.'

રાજા કહે : 'ચાલ ત્યારે રાજમહેલ ફાડીએ.'

બેઉ જણા ચાલ્યા રાજમહેલમાં. રાજમહેલની અંદર દાખલ થયા; ત્યાં એક પણ ચોકીદાર ન જોયો.

ચોર પૂછે છે : 'ભાઈ ! આ તે શું ? ગામમાં કોઈ ચોકીદાર જ નહિ ! દરબારગઢમાં યે કોઈ માણસ નહિ. રાજા વીર વિક્રમનો બંદોબસ્ત તો બહુ વખણાય છે ને !'

રાજા કહે : 'અરે ભાઈ ! એ બહાર મોટી મોટી વાતો સંભળાતી હશે. આંહીં તો આવું જ અંધેર ચાલે છે. રાજા કશું ધ્યાન નથી દેતાં.'

મહેલમાં રાણીજી હીંડોળાખાટ ઉપર સૂતેલાં. રાજા ચોરને કહે કે 'આ ખાટના પાયા સોનાના છે. પાયા લઈ લઈએ. એટલે છોકરાંના છોકરાં બેઠાં બેઠાં ખાય.'

પણ ખાટ શી રીતે કાઢવી ! રાણીજી જાગી જશે તો !

પછી ચોર એ ખાટ હેઠળ ઉપરાઉપરી ગાદલાં ખડકવા મંડ્યો. ખાટને અડે એટલો મોટો ખડકલો કર્યો. પછી છરી લઈને ચારે તરફથી ખાટની પાટી કાપી નાંખી. એટલે રાણીજીનું શરીર, નીચે ગાદલાં હતાં તેના ઉપર રહી ગયું.

પછી ચોરે દાંત ભરાવીને ખાટને આંકડિયામાંથી ખેંચી લીધી. એને વીંખીને ચાર પાયા જુદા કાઢ્યા, અને ચારેય પાયા લઈને બન્ને જણા પાછા ગઢની રાંગે પહોંચ્યા.

પેલો ચોર કહે : 'લે ભાઈ ! આ બે પાયા તારા ને બે મારા. સરખો ભાગ.'

રાજા કહે : 'હું એક જ પાયો લઈશ. મહેનત તો તારી છે.

ચોર કહે : 'ના, તેં જ મને ઠેકાણું બતાવ્યું. તારી મહેનત પણ ઘણી છે.'

ત્યાં તો ઝાડ ઉપરથી એક ચીબરી બોલી

તરત ચોરે રાજાને કહ્યું : 'ઓળખ્યા તમને. શાબાશ છે, રાજા ! માથે રહીને ચોરી કરાવી કે ?'

રાજા હસી પડ્યા અને પૂછ્યું : 'તેં શી રીતે જાણ્યું કે હું રાજા છું ?'

ચોરે કહ્યું : 'રાજાજી ! હું પંખીની બોલી પણ સમજું છું. આ જે ચીબરી બોલી એનો અર્થ એમ થાય છે કે આ ચોરીના માલનો માલિક તો આંહીં જ ઊભો છે !'

રાજાએ શાબાશી આપી. ચોરને પોતાના મહેલે લઈ ગયા. બીજે દિવસે મોટી કચેરી ભરીને ચોરને ઈનામ દીધું. એની નીતિનાં વખાણ કર્યાં. એને રાજમાં નોકરી દીધી.

૫. ચંદ્ર અને બુનો

ચીન દેશમાં એક રાજા રાજ કરે. તેને હતો એક પ્રધાન. આ પ્રધાન બહુ સેતાન. રાજાના રાજમાંથી ખૂબ ખાઈ જાય. રાજા ભોળો, એટલે પ્રધાનનું કપટ સમજે નહિ.

રાજાએ એક બીજા દેશના રાજાની કુંવરી સાથે લગ્ન કર્યાં. નવી રાણી જેવી રૂપવાન તેવી જ ચતુર. રાજાજીના રાજના કામકાજમાં પણ એનું ધ્યાન પડે. રાજાની બધી યે વાત સમજે. એને પરણીને રાજા બહુ સુખમાં દિવસો ગુજારતા, પણ પ્રધાનની લુચ્ચાઈ હવે ચાલતી નહોતી; કેમ કે રાણીની આંખમાં ધૂળ નાખીને કાંઈ શકે તેવું નહોતું.

પ્રધાન તો ખટપટ આદરી. રાજાજીના કાન ભંભેર્યા કે રાણી તમને મારી નાખીને પોતાના ભાઈને રાજગાદીએ બેસાડશે. ખોટા સાક્ષી ઊભા કર્યા. બનાવટી કાગળિયા બનાવ્યા અને ઝેરના લાડવા પણ તૈયાર કરાવ્યા.

ભોળો રાજા ભરમાઈ ગયો અને હુકમ કર્યો કે રાણીને વનમાં મૂકી આવો.

રાણી તો ચોધાર આંસુ પાડતી વનમાં ચાલી; સાથે નાનાં બાળક અને નિમકહલાલ નોકર.

ઘોર જંગલ! રાત પણ પડી ગઈ.

નોકર કહે કે "માજી! તમે આંહીં બેસો તો હું વનમાંથી થોડાં લાકડાં વીણી આવું. રાતે ટાઢ વાશે. વળી જંગલી જનાવર પણ આવે. લાકડાંનું બળતું કરશું તો જ રાત નીકળશે." એમ કહીને નોકર ગયો વનમાં લાકડાં વીણવા.

રાજાની રાણી : ફૂલ જેવા તો એના પગ : મહેલ બહાર કોઈ દિવસ પગ નથી મૂક્યો. ટાઢ-તડકો દેખેલ નથી. આજ આખો દિવસ ચાલી ચાલીને એ

134

થાકી ગયેલી, એટલે ઊંઘ આવી ગઈ. પડખામાં બે બાળકો પણ ધાવતાં ધાવતાં સૂઈ ગયાં.

થોડી વારે રાણી જાગી અને જુએ ત્યાં તો એણે ચીસ પાડી. એણે શું જોયું? એક મોટું રીંછ એના છોકરાને મોઢામાં પકડીને ઉપાડી જાય છે. ચીસો પાડતી પાડતી રાણી રાણી એ રીંછની પાછળ દોડી. દોડતાં દોડતાં કેટલે ય આઘે નીકળી ગઈ.

આ તરફ એવું બન્યું કે એ જ રાણીના બાપનો દેશ નજીક હતો. ત્યાંથી એનો ભાઈ શિકારે નીકળેલો. એ રાજા ત્યાં આવી પહોંચ્યો. ઝાડની નીચે જુએ ત્યાં તો એક સુંદર બાળક સૂતેલું. રાજાને થયું કે ઓહો! આ તો કોઈ દેવાંગનાનો દીકરો લાગે છે. એમ કહીને એ છોકરાને પોતાના દેશ લઈ ગયો.

હવે રાણી તો ખૂબ ભટકી, પણ રીંછ હાથ ન આવ્યું, ત્યાં તો એને સાંભર્યું કે અરેરે! મારું બીજું બાળક એ ઝાડ નીચે પડી રહ્યું છે. વળી ત્યાંથી એ પાછી દોડી, અને આવી એ ઝાડ નીચે; ત્યાં તો બીજું બાળક પણ ન મળે. હાય હાય! મારા બેય છોકરાને ઉપાડી ગયા! એમ કહીને તે ખૂબ રોઈ. એવી જુવાન સુકોમળ રાણીને છાતી ફાટ રોતી સાંભળીને જંગલનાં ઝાડવાં પણ જાણે એની દયા ખાતાં હતાં. પવન પણ થંભી ગયો અને આકાશમાં પૂનમનો ચંદ્રમા એકીટશે એની સામે જોઈ રહ્યો હતો.

નોકર પણ આવી પહોંચ્યો. એણે કહ્યું: "માજી, તમારા ભાઈનો દેશ આંહીંથી આઘે નથી. ચાલો ત્યાં જશું?" રાણીએ કહ્યું: "ભલે." પણ તેના દુઃખનો પાર ન હતો. થોડીવારમાં તો એક લોઢાના દાંતવાળો ને લોઢાના હાથપગવાળો રાક્ષસ આવ્યો. તે નોકરને ગદાથી મારીને રાણીને ઊપાડી ગયો.

હવે આ તરફ રીંછે એ છોકરાને પોતાની બખોલમાં લઈ ગયું. ત્યાં એના બચ્ચાંની પાસે એ બાળકને મૂક્યું. બચ્ચાં ભૂખ્યાં હતાં, પણ કોણ જાણે શું

થયું કે બચ્ચાં એ બાળકને ખાય નહિ. ઊલટાં એને શરીરે ને મોંએ ચાટવા માંડ્યા. એ બાળકને પણ બહુ જ આનંદ થતો હતો એટલે તે હસવા લાગ્યો. હાથ લાંબા કરીને રીંછનાં બચ્ચાંની ડોકે વળગવા લાગ્યો. રીંછણને પણ બહુ જ હેત ઊપજ્યું. પછી પોતાનાં બચ્ચાંની સાથે સાથે એ છોકરાને પણ રીંછણ ધવરાવવા લાગી. એ છોકરો મોટો થવા મંડ્યો.

ઓહો! શું એ છોકરાનું જોર! જંગલના કોઈ જાનવરને જુએ કે દોડીને એનો જીવ લ્યે. મોટાં મોટાં રીંછ સાથે કુસ્તી કરે, આખા જંગલના જાનવર એની પાસે ગરીબ ગાય જેવાં. એક તો રાજાનો છોકરો, તેમાં વળી રીંછનું ધાવણ ધાવ્યો. દિવસ જતા ગયા તેમ તેમ એનો ત્રાસ વધતો ગયો. જંગલમાં કોઈ માણસ પગ મેલી ન શકે. એના લાંબા લાંબા વાળ : મોટી ડાઢી : હાથપગના નહોર વધેલા : અને નાગોપૂગો! આખા વનને ધ્રૂજાવે. લોકોએ એનું નામ પાડ્યું બુનો.

બીજી તરફ એવું બન્યું કે બીજા છોકરાને રાજા ઉપાડી ગયો ને એનું નામ પાડ્યું ચંદ્ર : કેમકે તે દિવસ પૂનમની રાત હતી. ચંદ્રને રાજા પોતાના દીકરાની જેમ રાખે.

ચંદ્ર દિવસે ન વધે એવો રાતે વધે, અને રાતે ન વધે એવો દિવસે વધે. એનું રૂપ તો ક્યાંય માય નહિ. રાજાએ એને ભણાવ્યો. મહારથીનાં પણ માન મુકાવે તેવો ચંદ્રકુમાર થયો.

દેશમાં પોકાર થયો કે જંગલમાં કોઈ માનવીના રૂપવાળું રીંછ રંજાડ કરી રહ્યું છે, મોટા રસ્તા બંધ થયા છે, ગામડાં ઉજ્જડ થયાં છે ને માણસો ખોવાયાં છે.

રાજાજી સભા ભરીને કહે કે "રીંછને મારવા કોણ જાય છે? સભામાં બધાયનાં મોઢાં ઊતરી ગયાં. કોઈ બીડુંય ઝડપે નહિ. ત્યારે પછી ચંદ્રકુમાર કહે કે "એ તો મારું કામ."

જંગલમાં ચંદ્રકુમાર એકલો ચાલ્યો. ઢાલ-તલવાર બાધેલી. એટલામાં તો 'હૂહૂ' કરતો બુનો આવી પહોંચ્યો. કોણ જાણે કેમ ચંદ્રકુમારના મનમાં હેત ઊપજ્યું. એને થયું કે અહા! આ પ્રાણીને મારી નખાય નહિ, એને પકડીને રાજમાં લઈ જઈશ.

બુનાએ તરાપ મારી, ઘડી એક પલમાં તો ચંદ્રકુમારના પ્રાણ જાત, પણ એ બહાદુર કુમારે તરત જ પોતાની ચકચકતી ઢાલ આડી ધરી. એકદમ બુનો પાછો હઠ્યો. એ ચકચકતી ઢાલમાં એણે પોતાનું રૂપ જોયું. એને થયું કે, 'ઓહો! શું હું માણસ જેવો છું?' એકદમ એનું ઝનૂન ઓછું થઈ ગયું. ચંદ્રકુમાર ફાવ્યો. એણે બુનાને તરવાર ભોંકી. થાકીને બુનો પડી ગયો. ચંદ્રકુમાર કહે કે "ચાલ, મારી સાથે." બુનોના મનમાં માનવીના જેવી મમતા વછૂટી. એ ચંદ્રકુમાર સાથે પાળેલા પ્રાણીની પેઠે ચાલ્યો ગયો.

રાજમાં આવ્યા, ત્યાં તો લોકોની દોદાદોડ, મા છોકરું મૂકીને ભાગે. ધણી બાયડી મૂકીને પલાયન કરે. વેપારી દુકાન છોડી દોટ કાઢે. ચંદ્રકુમાર બુનોને લઈને જ્યાં રાજદરબારમાં જાય, ત્યાં તો બૂમાબૂમ થઈ રહી. ચંદ્રકુમારે કહ્યું:" બીશો નહિ, બુનો આપણો દોસ્ત બન્યો છે." પછી તો નાનાં નાનાં છોકરાં પણ બુનોની પાસે આવે ને એને પંપાળે. બુનો એનાં મોઢાં ચાટે. કોઈ નઠોર છોકરું વળી એને લાકડી પણ મારી જાય. પણ બુનો તો બોલે નહિ, ચાલે નહિ ને બેઠો બેઠો હસ્યા કરે.

આમ દિવસો સુખમાં કાઢે છે, ત્યાં વળી માણસોના ટોળાં ને ટોળાં પોકાર કરતાં આવ્યાં કે "એક લોઢો રાક્ષસ આવીને માણસોને મારી જાય છે. કોઈ રક્ષા કરો! રક્ષા! કરો!"

લોઢા રાક્ષસને કોણ મારવા જાય? સૌ કહે કે 'મોકલો આ બુનોને : બેઠો બેઠો ખાધા જ કરે છે. અને આ રાજકુમારને પણ મોકલો; એને આવડો મોટો પગાર છે ને વળી પોતાના પરાક્રમનું એને બહુ જ ગુમાન છે. હવે જોઈ લેશું કે એનામાં કેટલું પાણી છે.'

બુનો ને ચંદકુમાર તૈયાર થયા. માંડ્યા ચાલવા. કેટલાં કેટલાં વન વીંધ્યાં, કેટલાં ડુંગરા ચડ્યા, કેટલી યે મોટી મોટી નદીઓ તર્યા. પછી આવ્યો એક લોઢાનો પહાડ. આખો પહાડ લોઢાનો. ઝાડનું એક તરણું યે નહિ. સૂરજના તાપમાં તપી તપીને પહાડ રાતોચોળ થયેલો. એ પહાડની અંદર લોહપુરી નામે નગરી. નગરીને દરવાજે રાક્ષસોની ચોકી અને મોટા મોટા ઘંટ બાંધેલા. આ બે ભાઈઓ પહોંચ્યા, ત્યાં તો ઘંટ 'ટણણ ટણણ' વગડવા લાગ્યા. ઘડી વારમાં તો લોઢો રાક્ષસ આવી પહોંચ્યો. આ બે જણાને જોઈને તે ખૂબ હસ્યો: "હા! હા! તમે મને મારવા આવ્યા છો! ઠીક, આ ઝાડ ઉપર મારી ઢાલ લટકે છે; એને જરા ઉપાડો તો! કેટલુંક જોર છે તમારામાં?"

ચંદ્રકુમાર ઢાલને ઉપાડવા ઊઠ્યો, પણ ઢાલ જરાય ચસ્કે જ શેની! ભોંઠા પડીને ભાઈસાહેબ પાછા વળ્યા. રાક્ષસે કહ્યું: "આવો બેટાજી તમે."

બુનોએ આખા ઝાડને ઝાલીને હલાવ્યું. કડકડ કરતું ઝાડ નીચે પડ્યું. ઢાલ નીચે પડી. આખો લોઢાનો પહાડ ધ્રુજી ઊઠ્યો. રાક્ષસના શરીરમાંથી જોર ચાલ્યું ગયું. રાક્ષસ મરવા જેવો થયો. મરતાં મરતાં બોલ્યો કે, "મારું મોત આ ઢાલમાં હતું. આ ઢાલને ઉપાડનાર કોઈ જેવોતેવો ન હોય. મને વરદાન હતું કે જંગલના જાનવરને ધાવીને જે માણસ ઊછર્યો હશે તેને હાથે જ હું મરીશ."

રાક્ષસ મરી ગયો. ચંદ્રકુમાર અને બુનો નગરમાં ગયા. ત્યાં તો મોટાં મોટાં બંદીખાનામાં અપરંપાર માણસોને પૂરેલાં જોયાં. બધાને ચંદ્રકુમારે છોડ્યાં. એક ઠકાણે એક સુંદર બાઈ બેઠી બેઠી રડતી હતી. એના હાથપગમાં બેડીઓ બાંધેલી. કુમારે બેડીઓ છોડીને પૂછ્યું કે "માડી તમે કોણ છો?"

બાઈએ કહ્યું કે "હું ચીન દેશના રાજાની રાણી છું. મારા પતિએ મને વનવાસ દીધો, મારા છોકરાં જંગલમાં ખોવાણાં, આજ વીસ વરસ થયાં હું આંહીં પડી પડી રડું છું. આંહીં એક વામનજી પણ છે. તેને તમે છોડાવો."

આઘે એક પથ્થરની મોટી મૂર્તિ ઊભી હતી. ત્યાં એક વામનજી બેઠેલા. એણે કહ્યું કે "તમે મને છોડાવો છો, તેથી હું પણ તમને એનો બદલો દઈશ." એમ કહીને એણે પથ્થરની મૂર્તિને ટકોરા માર્યા ને પૂછ્યું: "હે મૂર્તિ! કહે, આ કોણ છે?"

મૂર્તિને વાચા થઈ, એણે ચંદ્રકુમારને કહ્યું: "તને ખબર છે તારાં માબાપ કોણ છે?"

ચંદ્રકુમાર કહે: "ના, ઓ દેવી! મને બધાં ય નમાયો કહે છે."

મૂર્તિ કહે: "આ સામે ઊભી એ તારી મા, તારો ભાઈ બતાવું? આ સામે ઊભેલો બુનો તારો ભાઈ."

પેલી બાઈ કહે: "ઓ દેવી મૂર્તિ! મને બધો ભેદ સમજાવો!"

પછી મૂર્તિએ બધી વાત કહી.

મા અને બે દીકરા ખૂબ ભેટ્યાં. ત્રણે જણા રાજમાં ગયાં. ત્યાં ખબર મળી કે આ તો આપણા મામાનું રાજ. મામા પણ બેઉ ભાણેજોને ખૂબ ભેટ્યા, બેય કુમારોને લઈને રાણી ચીનમાં ગયાં.

ચીનના રાજાએ પણ રાણીને વનવાસ કાઢ્યા પછી સાચી વાત જાણી પ્રધાનને દેશનિકાલ કર્યો હતો. તેણે તો પોતાની રાણીને મરી ગયેલી જ માનેલી. 'રાણી! ઓ રાણી!' એવા પોકારો કરીને એ ઝૂરતો હતો ત્યાં એને રાણી આવ્યાના સમાચાર મળ્યા. જઈને રાણીના પગમાં પડી ગયો. કુંવરોને રાજ સોંપીને પોતે ઈશ્વરનું ભજન કરવા મંડ્યો.

સૌરાષ્ટ્રના લાક્ષણિક વાક્યપ્રયોગો

અંજવાળી તોય રાત: જેમ રાત્રિ ચંદ્રના પ્રકાશવાળી હોય છતાં પણ દિવસ જેટલી ભયમુક્ત નથી, તેમ સ્ત્રી ચાહે તેવી શૂરવીર હોય છતાં તે સ્ત્રી જ છે - એનાં સ્ત્રીપણાંને સહજ નિર્બળતા કે જોખમ તો છે જ.

આજની ઘડીને કાલ્યનો દી: સદાને માટે એ સમય તો ગયો તે ગયો.

આંસુડાંના શ્રાવણ-ભાદરવો હાલ્યા જાય: શ્રાવણ - ભાદરવાનો વરસાદ વરસતો હોય, તેવી અવિરત અશ્રુધારા બેય આંખમાંથી વરસે.

ઊગ્યો એને આથમતાં વાર લાગશે: યૌવનનો હજુ આરંભ જ થયો છે. કટોકટીના એ કાળને વીતતાં વાર લાગશે. વાસનાઓ સંતાપશે.

કુંભાર દોરી ચડાવીને ચાકડેથી માટલું ઉતારી લે એમ માથું વાઢી લીધું: માથું કાપવામાં શૂરવીરોને જે સહેલાઇ પડે છે, તેનો સચોટ ખ્યાલ આ ઉપમામાંથી મળે છે.

કૂડનાં ધૂડ: દગો કરનારનાં યત્નો ધૂળ જ મળે.

કેડિયાની કસો તૂટવા મંડે: મનુષ્યને અતિહર્ષ થતાં છાતી ફુલાય, અને તેથી અંગરખો ખેંચાતાં કસો તૂટે : અતિ આનંદની ઊર્મિ.

કોઇકોઇનાં કપાળમાંથી બે આંકડા ભૂંસી ન શકે: તકદીરમાં નિર્માયું હોય તેમાંથી લગાર પણ લોપાતું નથી; સહુ પોતપોતાના તકદીર ભોગવે છે.

ગોળની કાંકરી ખાવી: વેવિશાળ કરવું (વેવિશાળ કરતી વખતે ગોળ ખાવાનો નિયમ છે.)

ઘેંસનાં હાંડલાં કોણ ફોડે?: ઘેંસ હલકું અનાજ ગણાય છે, માટે ભાવ એ છે કે યુદ્ધમાં સામાન્ય સૈનિકને શીદ મારવો? મારવો તો સરદારને મારવો.

(વિધાતા) ચપટી મીઠું નાખતાં ભૂલી ગઈ: વિધિએ (એ માણસને) જરા પણ અક્કલ હોંશિયારી ન બક્ષ્યાં.

(પનિયારી) ચિત્રામણમાં લખાય ગઈ: આશ્ચર્યમાં એટલી બધી સ્તબ્ધ બની ગઈ કે જીવતી સ્ત્રીઓ હોવાને બદલે જાણે ચિત્રની પુતળીઓ હોય તેવું લાગે છે. અત્યંત આશ્ચર્યચકિતતા સૂચવનાર રૂપક.

ચોળિયું પારેવું ત્રણ વિસામા ખાય: કોઇ ઇમારતની અતિ ઊંચાઇ કોઇ કૂવાનું અતિ ઊંડાણ બતાવવાનો આ વાક્યપ્રયોગ છે. એની ટોચ કે તળિયે એક જ ઝપાટે કબૂતર ન પહોંચી શકે પણ પહોંચતાં પહોચતાં એને ત્રણ વાર વિશ્રામ લેવો પડે.

જીભ વાઘરી વાડે જાય: દિલ ક્ષુદ્ર (વાઘરીઓના જેવું) બની જાય.

ઢોલ ઢમકે પાણી: મારવાડ દેશ; મારવાડના કૂવાઓ અત્યંત ઊંડા હોવાથી કોસ ચલાવનાર આદમીને એટલો બધે દૂર બળદ હાંકી જવું પડે છે કે એક માણસ કૂવે ઊભો રહીને, જ્યારે કોસ નીકળે ત્યારે ઢોલ વગાડે તો જ કોસ હાંકનારને પાછા વળવાની ખબર પડે.

થાળીનો ઘા કર્યો હોય તો ધરતી માથે ન પડે: લોકોની અતિશય ગીરદી સૂચવનારા શબ્દો - એટલી બધી ભીડાભીડ કે થાળીનેય નીચે પડવાની જગ્યા નહિ.

બાર બાર મૂઠ્ય કેફના તોરા ચડ્યા: અફીણ ખાવાથી સારી પેઠે મસ્તી ચડી ગઈ.

રૂંઝયું કુંઝયું વળે છે: સૂર્યાસ્તનાં અજવાળાં સંકેલાતા જાય છે.

વિધાતાનાં લેખમાં મેખ મારી: વિધિનાં નિર્માણ મિથ્યા કર્યાં.

સગો હાથ ન દેખાય એવી અંધારી રાત: માણસ પોતાના હાથને પણ ન જોઇ શકે, એ અંધકારની અતિશય ગાઢતા બતાવે છે.

સમી સાંજે સોપો પડી ગયો: કેમ જાણે મોડી રાત થઈ હોય ને માણસો સૂઇ ગયાં હોય તેવો સૂનકાર વ્યાપી ગયો.

સવામણની તળાઈમાં સૂઇ રહેવું: નિશ્ચિંત રહેવું.

સંજવારીમાં સાચાં મોતી વળાય: સમૃદ્ધિ બતાવે છે.

(બાવાનો જીવ) સાતમી ભોમકાને માથે: સમાધિ ચડાવી બાવાએ ધ્યાન ધર્યું.

સાંસો ખાલ્ય મેલે એવી ઝાડી: ઝાડી એવી ગીચ કે સસલું પણ અંદર પેસવા જાય તો એની ચામડી ઊતરડાઈ જુદી પડી જાય.

સોનાનાં નળિયાં થવાં: પ્રભાતના તડકા ચડી જવા. (તડકામાં નળિયાં સોનેરી દેખાય છે.)

શબ્દકોશ

અબળખા: વાંચ્છના

અરણા પાડા: જંગલી પાડાની જાત

અંતરવાસ (પાઘડીનો છેડો નાખવો): કોઈ દેવ-દેવીનાં દર્શન સમયે પાઘડીના છેડાને ગળે વીંટવાનો નિયમ છે.

આડ્ય: તિલક

આરડ બોરડ કેરડ: બોરડી અને કેરડાં જેવાં કાંટાવાળા ઝાડ

એકદંડિયો (રાજમહેલ): એક જ સ્તંભ ઉપર ચણેલો

ઓધાન: ગર્ભ

ઓડ્ય: ગરદન

કથોરું: ખરાબ

કંધૂર: ગરદન

કાજળિયો: પાણીનો કૂંજો

કાઠું: ઊંચાઈ

કાંટે આવવું (ડિલ): શરીરમાં ચેતન આવવું.

ખોપ: પહાડોના પથ્થરમાં પોલાણની જગ્યા

ગદરવું: ગુજારો કરવો

ગપત: ગુપ્ત, અદૃશ્ય

ગલોલી: ગોળી

ગંધ્રવ: ગાંધર્વ

ગેંદલ: મોટું

ઘડિયાં (લગ્ન): તાત્કાલિક

ઘેરેઘેરા: ટોળાં

ઝરકડી: ગર્જના

ઝંઝરી: ધાતુનો હોકો

ઝાળનો દૂવો: ઝાળ નામનું ઝાડ થાય છે તેનું ઝુંડ

ટોયલી: બાળકને દૂધ પિવડાવવાનું વાસણ

ટોવું: ધીરે ધીરે પિવાડવું

ઠણકાવવું: પ્રહાર કરવો

ડણકવું: સિંહ જેવી ગર્જના કરવી

ડામણી: લોઢાની સાંકળ જેવું હથિયાર

ડાર (સૂવરનું): કુટુંબ-ટોળું

ડાળોવાટો: કચ્ચરઘાણ

ડામડી પીટવી: ઢોલ વગાડીને ઢંઢેરો ફેલાવવો

ડિલ: શરીર

તંગલ: તરવાર

તીતીભીતી: ઉથલપાથલ

તીરડો: તીર

ત્રસિંગ: (ત્રણ શીંગડાવાળો) સિંહ

ત્રાઠી: ત્રાસેલી

થાન: સ્તન

દઠકમંગળ: પ્રચંડ

દેહીકાળ: આયુષ્યનો અંત

ધરબવો: ઠાંસીને ભરવો

ધુકાર: મોટું

ધ્રાશકો: ભયની લાગણી

નવાલા: કોળિયા

નામચા: નામના

નુગરો: ગુરુ વિનાનો

પડો વજડાવવો: ઢંઢેરો ટિપાવવો

પાટકે: આથડે

બાજંદો: બાહોશ

બાનડી: દાસી

બાબરકાં: ટૂંકા વાળ

બૂરવું (સમુદ્ર, કૂવો): ડૂબી મરવું

બેલાડ્યે બેસાડવું: ઘોડા ઉપર એક અસવારની પાછળ બીજો બેસે, તે બેલાડ્ય બેઠેલ કહેવાય

ભરફોડિયો: હલકી જાતનો સર્પ

ભંડારવું: દાટવું

મનખો: મેદની

માણેકલટ: ઘોડાના કપાળ પર ઝૂલતા વાળનો ગુચ્છ

માલીપા: માંહે

મીંઝરી: માંઝરી

મીંદડી: વહાણનું લંગર

મેલડી: એ નામની આસૂરી દેવી

મોકળા: છૂટા

મોવાળા: વાળ

રવદ: શરત

રામરામિયું: રામ રામ

રોંઢો: મધ્યાહ્ન પછીનો નાસ્તો

લાળ્ય: પોકાર (શિયાળના)

લીલાં કંઝાર: લીલાંછમ

વધેરવું: કાપવું

વાટપાડિયા: માર્ગમાં લોકોને સતાવનારો

વાઢાળો: સરાણિયો

વીવા વાઝમ: વિવાહ ઇત્યાદિ મંગળ અવસર

વેણ્ય: પ્રસૂતિ સમયે પેટની પીડા

સફરા (નદી): ક્ષિપ્રા (ઉજ્જૈનને પાદર)

સમદરપેટો: સમુદ્ર-શા ઉદાર હૃદયવાળો

સાંબેલા રોડવવાં: ગપ્પાં મારવાં

સ્વાત: સ્વાતિ (નક્ષત્ર)

સોથ: નાશ

હમેલ્ય: ખભે રાખવાનો સોનેરી પટો

હરડિયો: ગળાનું હાડકું

હોડ: શરત

****

Printed in Dunstable, United Kingdom

63784801R00087